శివదృష్టి

ఓం నమః శివాయ ప్రాశస్త్యము

రచయిత

విద్వాన్ చొప్ప వీరభద్రప్ప, ఎం.ఏ.,(తెలుగు), ఎం.ఏ (చరిత్ర), బి.ఇడి

బుక్కరాయసముద్రము,

అనంతపురం జిల్లా (ఆం.ప్ర)

ALL RIGHTS RESERVED

in any form by any means may it be electronically, mechanical, optical, chemical, manual, photo copying, recording without prior written consent to the Publisher/ Author.

Siva Drusti

Om Namah Sivaya Prashastyamu

Author: Choppa Veerabhadrappa

ISBN (Paperback): 978-81-962291-4-6

ISBN (E-Book): 978-81-962291-0-8

Print On Demand

Copy Right: Kasturi Vijayam

Ph:0091-9515054998

Email: Kasturivijayam@gmail.com

Book Available
@
Amazon, flipkart, Google Play, ebooks, Rakuten and KOBO

షడక్షరీ మహా మంత్ర తారక లింగం

ఓం నమః శివాయ

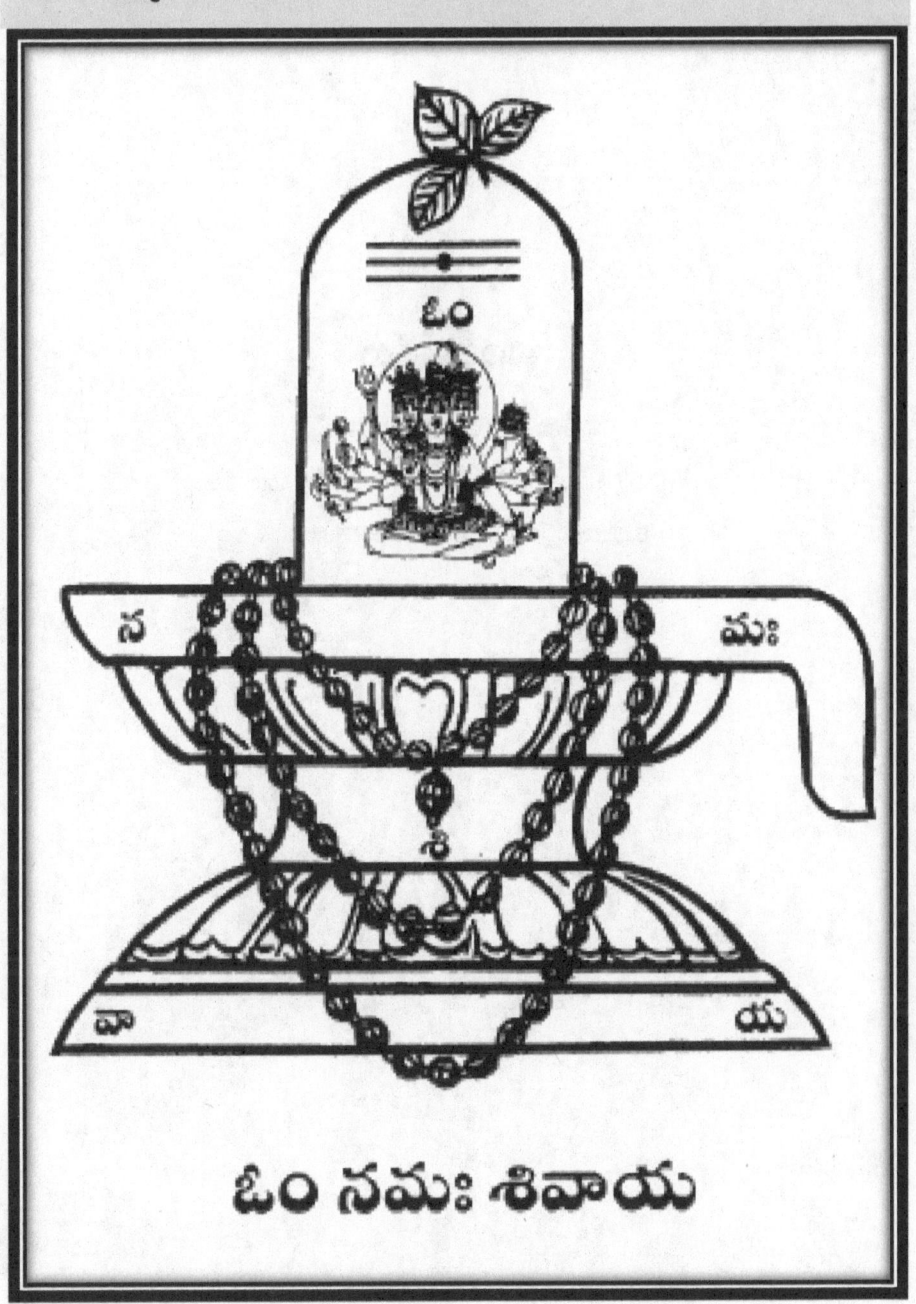

అంకితము

శ్రీమతి గలిబె. బసమ్మ టీచర్

W/o గలిబె, సోమశేఖర్ టీచర్, పదవి విరమణ ము

కళ్యాణదుర్గం ,అనంతపురం(జిల్లా),ఆం.ప్ర

శుభాశీర్వచనము

జగత్ సృష్టికర్త అయిన శివ పరమాత్ముడు బ్రహ్మ, విష్ణు, మహేశ్వరులను మరియు జీవాను జీవములను సృష్టించినవాడై యుండెను. ఈ జగత్ వ్యవహారములకు కారణ భూతుడయిన శివపరమాత్ముడు జ్యోతిస్వరూపుడై యున్నాడు. సృష్టి యొక్క ఆదిమధ్యాంతముల జ్ఞానమును తెలిసిన వాడును అట్లే అవినాశియు అయివున్నాడు. భయంకర దుఃఖ దుర్మనాదుల స్మరణ మాత్రము చేత. నివారించ తెలిసినవాడై యున్నాడు. సత్యజ్ఞాన అనంత రూపియై యున్నాడు. నిరాకార నిర్గుణ నిష్ప్రపంచక అవినాశి నిత్య సంతోషదాయక విశ్వకళ్యాణకారక పరమ పవిత్ర పతితపావన సర్వాంతర్యామి సర్వజ్ఞ స్వరూపుడై లయ ఉత్పత్తులకులోను కాక ఉన్నట్టి శివపరమాత్ముని విశ్వమందలి జనత, వివిధ నామములతో పిలుచుచూ పూజించుచున్నారు. ఇట్టి పరమ శివుణ్ణి వీరశైవులు లింగ స్వరూపముచేత సదా దేహాంగము మీద ధరించి పూజించినట్లు యితరులు వివిధ స్వరూపముల పూజించుట కానవచ్చుచున్నది.

ఇట్టి పరమశివుని వర్ణనను **శివదృష్టి** అను గ్రంథము చేత జనులకు తెలుగు భాషయందు శ్రీమాన్ విద్వాన్ చొప్ప వీరభద్రప్ప గారు రచించి ప్రకాశమొనరించుట స్తుతింపదగినదై యున్నది. అయినంత తొందరలో ఈ గ్రంథము ప్రకాశ రూపము ధరించి జనులకు అతి త్వరలో లభించునట్లు కావలయునని ఆశించడమయినది.

ఇత్యాశిషః

శ్రీశైలం

30 మార్చి, 2000

శ్రీ జగద్గురు శ్రీశైల సూర్యసింహాసనమఠ్

అధికార స్థానం, శ్రీశైలం.

శలాక రఘునాథశర్మ
ఆంధ్రభారతి శాఖాధ్యక్షుడు
భాషా సాహిత్య విభాగముల డీన్
శ్రీ కృష్ణదేవరాయ విశ్వవిద్యాలయం

ఉడుగర

శ్రీ చొప్ప వీరభద్రప్ప గారు అనేక గ్రంథాలను అనుశీలించి, మధించి, మధురాతిమధురమూ, అమృతప్రాయమూ అయిన "శివదృష్టి" అనే గ్రంథాన్ని మనకందిస్తున్నారు.

ఇందులో వీరు ముఖ్యంగా **"ఓం నమః శివాయ"** అనే మహామంత్ర ప్రాశస్త్యాన్ని గూర్చి విపులంగా చర్చించారు. అన్ని విషయాలను కూలంకషంగా విచారించుటయే కాక సప్రమాణంగా విశదీకరించారు. పదునెనిమిది అంశాలతో శివదృష్టిని విభాగించుకొని, విశ్లేషించి, వివరించి మనకందించారు.

ఈ గ్రంథం **"నమః శివాయ"** మంత్రానికి సంబంధించిన ఒక విజ్ఞాన సర్వస్వంగా నాకు కానవస్తున్నది. వీరిని మనసారా అభినందిస్తున్నాను. ఈ గ్రంథం శివతత్త్వ జిజ్ఞాస కల వారికి కొంగుబంగారంలాగా ఉపయోగపడుతుందని నా నమ్మకం.

శలాక రఘునాథశర్మ

డా. జి. ఆంజనేయులు, ఎం. ఏ., పి. హెచ్. డి.,

ప్రధానాచార్యులు, ప్రభుత్వ డిగ్రీ కళాశాల,

కళ్యాణదుర్గం – 515 761

అభిప్రాయము

శ్రీ చొప్ప వీరభద్రప్ప గారి **శివదృష్టి** అత్యంత సుందరం. వీరి ఓం నమఃశివాయ అనే పంచాక్షరీ ప్రాశస్త్యం పాఠకులకు అమృతపానం. శివభక్తులకు, జిజ్ఞాసువులకు వీరి రచన భాగవతదృష్టి నను గ్రహిస్తున్నది. ఎందరో మహానుభావులు, తమ అనుభవంతో చెప్పిన ఈశ్వర తత్వాన్ని సంగ్రహించి, 'శివదృష్టి' అనే రచన ద్వారా భగవద్భక్తులకు అర్థమయ్యేట్లు ఈ రచయిత అందించారు. కలియుగ మానవులు చీకటి నుండి వెలుగులోనికి పయనించుటకు జ్ఞానదీపం వలె ఉపకరిస్తుంది వీరి రచన. ఎన్నో సమస్యలతో మనస్సు వికలమైన మానవులకు వీరందించిన శివతత్వ జ్ఞానం నిశ్చలమైన మనశ్శాంతిని ప్రసాదిస్తుంది.

శ్రీ వీరభద్రప్పగారు తమ "**శివదృష్టి**" రచనలోని "నమఃశివాయ" మంత్రము వివిదార్థములు, పంచాక్షరి వివిధనామములు, పంచాక్షరి మహాత్మ్యం, శివలింగైక్యం అనే అంశాలు భక్తులకు అమృతపు గుళికలు. ఈ సందర్భంగా వీరు భక్తుని పరిస్థితిని వివరిస్తూ భక్తుడు తనను తాను మరచి భగవంతునిలో లీనమగుట లయమని వివరించారు. ఇది పరవశస్థితి. "లయస్థితి భక్తికి పరాకాష్ట". జీవాత్మ శుద్ధమై, పరిపూర్ణమై ఆత్మసంవేదనము చేసికొనే నిర్వికల్ప సమాధిస్థితి. దీనిని మించిన స్థితి జీవాత్మ పొందలేదు. ఈ స్థితిలో భక్తుడు లేడు. భక్తిలేదు. పూజలేదు. పూజించేవాడులేడు. ఇది అఖండ ఆనంద రూప పరబ్రహ్మైక స్థితి.... వెలుగులో వెలుగు కలసి పోయినట్లుండే పూర్ణ స్థితి ఇది. శరీరంలో శరీరం, జీవంలో జీవం, ప్రాణంలో – ప్రాణం, ఇంద్రియాలలో ఇంద్రియాలు, రూపంలో రూపం, శబ్దంలో శబ్దం లీనమగు స్థితి. పూర్ణ జ్యోతి మింగిన కర్పూర స్థితి. ఇది నిస్సంశయ వాగతీత, భావాతీత, పూర్ణలింగైక్య లయస్థితి. ఇదే ఐక్యస్థితి అని మధురాక్షరాలైన మాటలు ముముక్షువులకందించారు. వీరి అమృత లేఖిని నుండి వెల్వడిన అజరామరాలైన ఆనంద పరబ్రహ్మ సౌందర్యాన్ని పాఠకులైన భక్తులు దర్శించి భాగవత మార్గంలో పయనిస్తూ పునీతులౌతారని ఆశిస్తున్నాను.

కళ్యాణదుర్గం, *(డా॥ జి. ఆంజనేయులు)*

15-2-2000. ప్రధానాచార్యులు

విద్వాన్ జి. తిప్పన్న, ఎం.ఏ.,
ఆంధ్రోపన్యాసకులు (రిటైర్డ్)
కళ్యాణదుర్గం, అనంతపురం జిల్లా.

అభిప్రాయము

మిత్రులు విద్వాన్ శ్రీ చొప్ప వీరభద్రప్ప గారు సహృదయులు. ఆధ్యాత్మిక తత్త్వచింతనా సక్తులు. పారమార్థిక విషయాలపట్ల అపారమైన చొరవ, అభినివేశము కలవారు. వృత్తిరీత్యా సాంఘికోపాధ్యాయులు. ప్రవృత్తి రీత్యా సాహితీ సంపన్నులు. ఆధ్యాత్మిక మార్గాన పయనించేవారు. భక్తి, విజ్ఞానములు రెండూ సమ్మిశ్రితమైన **శివదృష్టి** కావ్యాన్ని భక్తి రస దృష్టితో రచించారు. త్యాగరాజు కృతులతో సంగీత సాహిత్యాలు రెండూ జోడుగుఱ్ఱాలై పరుగులు పెట్టినట్లు వీరి శివదృష్టి కావ్యంలో కూడా భక్తి విజ్ఞానములు రెండూ రెండు స్రవంతులై ప్రవహించాయి. ఆంధ్ర సాహితీ నందనోద్యానవనము నందు ఈ కావ్య కుసుమమును వికసింపజేసి పారమార్థిక తత్త్వ పరిమళాన్ని పాఠకలో కానికి అందించారు. ఇది చదువుల తల్లికి వారు భక్తి పూర్వకంగా సమర్పించిన ప్రథమ కావ్య పూజా పుష్పం.

జనసామాన్యానికి సులభ గ్రాహ్యమయ్యేటట్లు ఈ లఘు కావ్యంలో పరమేశ్వర తత్త్వాన్ని సత్యం శివం సుందరంగా, మనోవికాసాన్ని కలిగించేదిగా రచించుట వలన విజ్ఞులైన రసజ్ఞులు హర్షించగలరు. భవరోగపీడితులైన మానవాళికి దివ్యౌషధము ఈ శివదృష్టి కావ్యం.

ఈ ప్రపంచంలో వున్నది ఒకే మతం. అదే మానవతా మతం అదే ప్రేమ మతం. "మతాలు వేరైనా మనమంతా ఒక్కటే." అనే దివ్య సందేశాన్ని రచయిత 'శివదృష్టి' లో పొందుపరచారు. "శివస్మరణం - శివజ్ఞానం - శివధర్మం" అనే శీర్షికల్లో పరమాత్మునెందుకు స్మరించాలి? అనే ప్రశ్నకు రచయిత. "స్మరణకు పరమాత్ముడు ప్రీతి చెందునేగాని చేసిన దుష్కృత్యాలను మరచిపోడు" అని సమాధానమిచ్చారు. జన్మజన్మల నుంచి వస్తున్న ప్రారబ్దము - సంచితము ఆగామి అనే కర్మ ఫలమును మానవుడు అనుభవించాలి. క్షణములో పాపాలు చేసి మరుక్షణములోనే పాపాలు తొలగించు" అని ఆ పరమాత్ముని స్మరిస్తే ప్రయోజనం శూన్యం అనే నగ్న సత్యాన్ని స్పష్టం చేశారు.

"మంత్రజపం - మూర్తి ఆరాధన" ఈ అంశాలలో శైవారాధన విశేషాలను తేటపరచారు. సమస్యల విషవలయంలో చిక్కి సాలె పురుగులా విలవిల లాడుతున్న జీవికి ఈశ్వరారాధనమే తరణోపాయము కదా! నమః శివాయ మంత్ర ప్రాశస్త్యము, మల బద్ధుల లక్షణాలు, శివుని

పంచకృత్యాలు, పంచముఖ తత్త్వము, ధ్యానం, సాధన, ఆరాధన లను రచయిత వివరించుటలో తనలో అంతర్లీనమైన పారమార్థిక తత్త్వ పరిమళమును గుబాళింపజేసిరి.

బంధములనుంచి తప్పించుకొనుటే మోక్షము. ఇదే జీవునికి చరమలక్ష్యం. క్రోధాది అరిషడ్వర్గాలు మనసులో జొరబడకుండా మనస్సును నిర్మలంగా ఉంచుకోవాలి. నిర్మల దర్పణంలో ముఖము స్పష్టంగా కనిపించునట్లు నిర్మల హృదయంలోనే ఆత్మ సాక్షాత్కారం జరుగుతుంది. అదే మోక్షం. ఇలాంటి లోతైన గంభీర భావాలను శ్రీ వీరభద్రప్ప గారు భక్తి రస దృష్టితో వ్యక్తీకరించి విశ్వః శ్రేయః కావ్యమ్ అనే సూక్తిని స్ఫురింపజేశారు. జ్ఞానానికి కారణం భక్తి. భక్తి యను పుష్పం వికసించినప్పుడే జ్ఞానమనే ఫలం ఉదయిస్తుంది. సంసారబంధ విముక్తికి ఆత్మ జ్ఞానం ముఖ్యసాధనం. భగవంతునిలో లీనమగుటే సాయుజ్యం ఇదే శివలింగైక్యం. ఇది సిద్ధించడానికి సాధన చెయ్యాలన్నారు.

శివదృష్టిలో అనేక నిగూఢమైన వేదాంత భావాలను సుబోధకమగునట్లు చెప్పటమే. ఈ రచయితకున్న నేర్పు. ఇందెంతో శ్లాఘనీయము. ఆధ్యాత్మిక మార్గములో ఉన్నత శిఖరాలను అందుకోవటానికి ఆరాట పడాలి మనిషి

"మానవుడు మానవుడిగా నుండక మాధవుడిగా పెరగాలి." "నరుడు నరుడిగా నుండక నారాయణుడిగా వెలగాలి." ఇలా ఎదగడానికి ఈ కావ్యం ఎంతో ఉపకరిస్తుంది.

పరమాత్మున్ని పట్టుకోవాలంటే ఆధ్యాత్మిక మార్గంలో పట్టు కావాలి. ఆ మార్గాన్ని చూపించే కరదీపిక లాంటిది ఈ కావ్యం.

శ్రీ వీరభద్రప్ప గారు ఎంతో ఉద్యమించి శ్రమించి ఆధ్యాత్మిక రంగంలో పట్టు సాధించి, రూపకల్పన చేసిన ఈ శివదృష్టి కావ్యం పాఠకులకు ఆధ్యాత్మికతత్త్వ జ్ఞానాన్ని ప్రసాదిస్తుందనుటలో సందేహం లేదు.

వారికి ముమ్ముందు సద్గ్రంథ రచనలకు ప్రజ్ఞా పాటవాలను
ఆ పరమేశ్వరుడు ప్రసాదించు గాత! '

కళ్యాణదుర్గం, **(విద్వాన్ జి. తిప్పన్న)**

29-2-2000. ఆంధ్రోపన్యాసకులు (రిటైర్డ్)

కృతజ్ఞతలు

శ్రీ జగద్గురు శ్రీశైల సూర్య సింహాసన మఠాధీశ్వరస్వామి వారి ఆశీర్వచన ప్రభావము మహత్తర శక్తియుతము. వారి దివ్యానుగ్రహ ప్రసన్నదృష్టి మాహాత్మ్యము అనిర్వచనీయము. శివస్వరూపులగు స్వామి వారు శివదృష్టి - నమశ్శివాయ ప్రాశస్త్యము అను గ్రంథమును దయతో పరిశీలించి "శుభాశీర్వచనము" లిచ్చారు. వారికి భక్తి ప్రపత్తులతో ప్రణామము లర్పించుచున్నాను.

శ్రీ శలాక రఘునాథశర్మ గారు మూర్తీభవించిన జ్ఞాన స్వరూపులు. నాపాలి అజ్ఞాన తిమిరమును బాపు జ్యోతి స్వరూపులు. శివదృష్టిని చదివి "ఉడుగర" ద్వారా తమ అమూల్య అక్షరాభిప్రాయ మొసంగి నన్ను కృతార్థుని గావించిరి. వారికి నా హృదయ పూర్వక కృతజ్ఞతాభివందనములు.

మిత్రులు డా॥ జి. ఆంజినేయులు గారు ఓం నమః శివాయ ప్రాశస్త్య భావనలు నామదిలో రూపుదిద్దుకొంటున్న సమయమున కలిగిన ఎన్నో అనుమానాలను తీర్చి పుస్తకము పూర్తియైన తర్వాత చదివి తమ అమూల్య "అభిప్రాయ" మొసంగిరి. గౌ॥ శ్రీ విద్వాన్ జి. తిప్పన్న గారు ఈ గ్రంథాన్ని ఓర్పుతో పరిశీలించి సముచిత సూచనలతో ఆశీర్వదించి "అభిప్రాయాభినందనలు" పలికిరి. వారికి ప్రత్యేక ధన్యవాదములు.

జిల్లాపరిషత్ ఉన్నత పాఠశాల (నార్త్) కళ్యాణదుర్గం, నా సహోపాధ్యాయులు మిత్రులు శ్రీ జి.సోమశేఖర్, శ్రీ యం. క్రిష్టప్ప, శ్రీ జి. నరసింహారెడ్డి, శ్రీ టి. ఫకృద్దీన్, శ్రీ సి. క్రిష్ణయ్య చౌదరి, శ్రీ ఎస్.ఎం. హనీఫ్, కుమారి సి.సుధాపరిమల గార్లు తగు చేయూత నిచ్చి ప్రోత్సహించిరి. వారందరికి మనసారా కృతజ్ఞతలర్పించుచున్నాను.

శ్రీ మఠం మృత్యుంజయస్వామి గారు (బుక్కరాయసముద్రం). నాచిన్న నాడు శివభక్తి, శైవతత్త్వ నిరతిని నైతిక విద్యతో రంగరించి బోధించారు. శ్రీ B.R.M. రుద్రముని స్వామి (అనంతపురం) వీరశైవ తత్త్వసార మెఱిగిన సౌరభము నిండిన ప్రఫుల్ల శివపూజా ప్రసూనముగా భాసిల్లు జ్ఞానప్రసూనము. వారు అనేక విధాలుగా ప్రోత్సహమిచ్చారు. వారికి నా కృతజ్ఞతాంజలులు.

శ్రీమతి గలిబె. బసమ్మ ఉపాధ్యాయురాలుగా ఎందరో విద్యార్థులకు అక్షరజ్ఞానం ప్రసాదించి వారి యందు జ్ఞాన జ్యోతిని వెలిగించిన ఆదర్శమూర్తి. గృహిణిగా సాధారణ జీవితాన్ని గడుపుతూ భర్తకు సహధర్మచారిణిగా సహకరించిన సౌమ్యశీలి యగు అప్రమేయ గుణాధికురాలు. సరియైన మార్గదర్శకము లేనిదే ఏ సమాజము చక్కబడదని నమ్మి తాను మార్గదర్శకురాలుగా పేద విద్యార్థులకు, ఉత్తమ విద్యార్థులకు మెమోరియల్ స్కాలర్షిప్లు అందించి సహాయపడినది. శివాధీనురాలైన తర్వాత

కూడా ఆమె ఆదర్శాలు అజరామరములుగా కుటుంబ సభ్యులు కొనసాగించుచున్నారు. అందులో భాగముగా భర్త గలిబె. సోమశేఖర్, కుమారుడు జగదీశసాయి, కోడలు హేమలత, అల్లుడు కసనూరు శివకుమార్ దురేంద్రగౌడ్, కూతురు పద్మజ సాయి ఆమె స్మృతి చిహ్నంగా భక్తి గౌరవ ప్రపత్తులతో ఈ పుస్తక ముద్రణకు ధనసహాయ మందించారు. వారి కుటుంబమునకు సకల శుభ ప్రదాత శంకరుడు ఆయురారోగ్య భాగ్యాదుల నొసగాలని మనసారా కోరుకొనుచున్నాను.

అనంతపురం కేంద్ర గ్రంథాలయ మందు కుమారి అంచల. లలిత డిప్యూటి లైబ్రేరియన్ గారు శ్రీ ఏమినేని అశ్వర్థనారాయణ అసిస్టెంట్ లైబ్రేరియన్ గారు నేను ఎన్నుకొన్న విషయమునకు కావలసిన పుస్తకము లందించి నా రచనకు తోడ్పడిరి. వారికి నా ప్రత్యేక కృతజ్ఞతలు.

ఎల్లవేళలా అన్ని విధముల నాకు సహకరించిన నా శ్రీమతి విశాలాక్షి, కుమారుడు విశ్వేష్, కూతురులు విశ్వహేమ, విశ్వభారతిలకు నాయాశీస్సులు.

చొప్ప వీరభద్రప్ప

బుక్కరాయసముద్రము
అనంతపురం జిల్లా (ఆం.ప్ర)
తేది: 28 మే, 2000

ఓం నమః శివాయ

శివదృష్టి

ఉపోద్ఘాతము

1

శివుడు శుభకరుడు ఆయన దృష్టి కూడా శుభకరమే. ఇచట దృష్టి అనగా చూపు, అభిప్రాయము, ప్రకాశము, జ్ఞానమనే అర్థములు కలవు. శివదృష్టి యనగా శివజ్ఞానమని అర్థము. జ్ఞానము కూడా మూడు విధములు. అవి జ్ఞానము, జ్ఞేయము, జ్ఞాని. జ్ఞానమనగా తెలివి, జ్ఞేయ మనగా తెలిసికోదగినది. జ్ఞాని అనగా. విషయాన్ని తెలిసికొన్న వాడు. జ్ఞానికి జ్ఞాన, జ్ఞేయములు రెండునూ అవగతమగును.

శివుడు ఆనందామృత ప్రదుడు:- శివ శబ్దములో ఆనందము, అమృతము రెండునూ శబ్దార్థములవలె విడదీయరాక కలసియున్నవి. ఆయన ఆనందమునకు అమృతమునకు నెలవు. అట్టి శివుని నుండి ప్రసరించే దృష్టి కూడా ఆనందామృత ప్రదమై దరిచేరిన వారిపై ప్రసాదదృష్టి వెన్నెల వలె చల్లని దృక్కులను ప్రసరింపజేసి పునీతులను చేయును.

శివుడు ఒక ప్రకాశము:- ఒక శక్తి:- విద్యుత్తు తీగ ద్వారా ప్రవహిస్తున్నది. తీగకు వివిధ ఓల్టులు శక్తుల గల బల్బులను ఏర్పాటు చేసికొన్న బల్బుల సామర్థ్య శక్తులను బట్టి ఆయా బల్బులు అంతంతమాత్రమే విద్యుత్తును గ్రహించి కాంతిని ప్రసరింపజేయును. అలాగే తన దరిచేరిన జీవులను శివుడు దయాదృష్టులతో వారి వారి కర్మసంచ యమును బట్టి అనుగ్రహించును.

జన్మ పరంపరగా చక్ర సంచలనము వలె జీవులకు కర్మలవల్ల శరీరము, శరీరము వల్ల కర్మలు లభిస్తాయి. దీనికి అజ్ఞానమే కారణము. అజ్ఞానం వల్ల సత్కర్మలను ఆచరించలేము. సత్కర్మలను ఆచరించుటకు జీవుని చుట్టును అనేక కర్మ బంధములు పొరవలె కప్పియుండును. ఆ పొరను తొలగించుటకు జ్ఞానము కావాలి. అనగా అవిద్య తొలగాలి. చీకటిలో చిరుదీపమును వెలిగించిన చీకటి (అజ్ఞానము) దానంతట అదే దూరమగును. కాని పూర్తిగా తొలగిపోదు. అజ్ఞానం పూర్తిగా తొలగిపోవాలంటే అది స్వయం ప్రకాశకం కావాలి. జీవుడు అలా కావాలంటే మనస్సులోని లోతైన పొరలో కప్పబడిన అజ్ఞానమనే పొర తొలగిపోవాలి. అప్పుడు జీవుని మనస్సు పరిశుద్ధమై బుద్ధి వికసించును. దానికి వివేకము విరాగము, ముముక్షాసక్తి శమదమాది సంపత్తులు చేకూరాలి. దానితో భగవత్ దృష్టి పూర్తిగా ప్రసరించి సహజజ్యోతి స్వరూపమగు ఆత్మ ప్రకాశించును.

2

జ్ఞానదృష్టి:- శివునకు మూడు కన్నులు కలవు. మొదటి రెండు సూర్యచంద్రులు. బ్రహ్మాండము నిండా ఎల్లప్పుడు అంధకారము నిండివుండుట వలన ఆ కాంతులతో మనుష్యాది జీవజంతువుల సంచారమునకు దివారాత్రులందు వెలుతురుగా ప్రసాదించబడుచున్నవి. ఈ తేజమున వివిధ ఉద్భిజములు మొలకెత్తి మొక్కలుగా, వృక్షములుగా పెరిగి మనుజులకు జంతువులకు పక్షులకు క్రిమికీటకాదులకు ప్రాణాధారమైన ఆహారాన్ని పత్ర, పుష్ప, ఫలాది, ధాన్య సంపత్తుల రూపమున అందించు చున్నవి. ఆ ఆహార ఉత్పత్తికి కావలసిన శక్తి సూర్యచంద్రుల కాంతిపుంజము వల్లనే లభ్యమగుచున్నవి.

మూడవది జ్ఞానాక్షి:- లోకము అజ్ఞానాంధకారమున నిండియుండుట వల్ల పై రెండింటి కంటె మహత్తర ప్రచండ తేజోరూపము కావలసి యున్నది. ఇది పాకాగ్ని మొదలగు పంచాగ్నుల రూపమున వెడలును. మరియు చర్మచక్షువులు చూడలేని దివ్యతేజోరూపమే జ్ఞానాగ్ని. దీనిని విలువ కట్టుటకు సృష్టి, స్థితి కారులకు సాధ్యము కాదు. ఈ జ్ఞానాగ్ని వల్ల మేధావులు సాటి మానవుల సుఖజీవనమునకు లెక్కకు మిక్కుటమైన వస్తు సంపత్తిని కనుగొంటున్నారు. ఇది త్రికాలములలో జరిగెడి నిరంతర కృషి. జీవులందరిలోను శివుడున్నాడు. అందరి యందును కంటికి కానరాని దివ్య శక్తి ఆయన ప్రసాదిత జ్ఞానశక్తియే.

శివుని మూడవ నేత్రము ఎప్పుడు మూయబడి యుండును. ఇది శివుని యందే కాదు సర్వ చరాచర జడములన్నింటియందును కలదు. జడములలో అనుసంయోగమున నిబిడీకృతమై దాగియున్నది. అజడములగు ప్రాణులన్నింటి యందు తెలివితేటల రూపమున అంతర్గతమైయున్నది. జంతు, పక్షి, క్రిమికీట కములకు ఆహార, సంపాదనా మార్గమునకు ఇది ఉపయుక్తము. తెలివితేటలు లేని జీవులు సృష్టియందు ఎచ్చటను లేవు. విత్తనాలు మొలకెత్తుటకు, అవి పెరిగి పుష్పించుటకు పుష్పములు ఫలించుటకు శివప్రసాదిత జ్ఞానశక్తియే కారణము.

శివుని జ్ఞానాగ్ని వల్ల మన్మథుడు మాత్రమే కాలిపోయెను. నేడు మానవుని ద్వేష, స్వార్థ, కోపాగ్ని దృష్టి వల్ల ఎన్నో ప్రాణులు కాలిపోవుచున్నవి. ఆ కోపాగ్ని భయంకరోజ్జ్వలమై ప్రళయ భీకర, కరాళ నృత్యముచేసి మారణహోమము సృష్టించుచున్నది. జీవులన్నింట తానంతరాత్మయైన శివానుగ్రహ కోపాగ్ని ఆత్మరక్షణకై ప్రసాదితమైనది. అది స్వార్థము, అహంకారములతో సృష్టికి ముప్పుగా పరిణమించుచున్నది.

సత్వ రజస్ తమోరూపమున సర్వ విశ్వమందెల్ల వ్యాపించిన గుణ దోషములను సాకల్యంగా నాలోకించు శక్తి వాటిని నిర్వహించు శక్తి సర్వేశ్వరుడగు శివుని సూర్య, చంద్ర జ్ఞానాగ్నులగు త్రినేత్రములకు గలదు. మొదటి రెండు కన్నులు సమాక్షులుగా జగత్తులోని ద్వంద్వమును వీక్షించును.

మూడవదగు విరూపాక్షము విషమాక్షియై విలక్షణుడుగాను అమృతాక్షుడుగాను జగద్రక్షణాకార్యముపై దృష్టి సారించును. ఇది జగద్విలీనము. జగత్సేవితము.

"ఆప్యాయన స్తమోహర్తా విద్యయా దోహదాహకృత్
సోమసూర్యాగ్ని నయన స్త్రినేత్రస్తేన శంకరః"

శరీరమే క్షణికమైనపుడు అనుభవించుటయూ క్షణికమే. మానవునికి పుట్టుట, గిట్టుట సహజము. పునరపిజననం పునరపిమరణం కదా! క్షణికమైన విషయాసక్తులను తొలగద్రోచుకొని సత్యాన్వేషణా దృష్టితో జ్ఞాన నేత్రమును వికసింప చేసుకోవాలి. శివుడు సంపూర్ణ జ్ఞానభాండాగారము. ఆయన సృష్టి రహస్యముల ముడివిప్పుటకు జ్ఞానికే సాధ్యమగును. ఇచట దృష్టిని శాశ్వతమైన జ్ఞానముపై మళ్లించాలి. శివుని దృష్టి జ్ఞానప్రదము. జీవుని దృష్టి జ్ఞానార్జనము.

3

చూచెడి శక్తి దృష్టియైన చూడబడేది దృశ్యమగును. పంచేంద్రియములకు దృష్టి శక్తి గలదు. అయితే ఇచట శరీర నేత్రేంద్రియములలో చూచే శక్తి గలది కన్ను. సూర్యుని కాంతి వస్తువుపై బడి వస్తువు యొక్క ఆకారము ప్రతిబింబింప బడిన తరువాత మనకు దృష్టి గోచరమగును. ఇది బాహ్య దృష్టి. నాగరికుడు, అనాగరికుడు, విద్యావంతుడు, విద్యాహీనుడు, సర్వులు చూడగలరు. దీనిని Sight అందురు. కనులున్నను అవి తమంత తాము చూడలేవు, మెదడులోని నేత్రనాడీ కేంద్రము తీసివేస్తే కనులు యథాప్రకారముగానే ఉండును. అయినను మనము వస్తువులను చూడలేము. ఒకడు కన్నులు తెరచుకొని ఏదో ఆలోచిస్తున్నాడు. మరొకడు కన్నులు తెరచుకొని నిద్రిస్తున్నాడు. వారిద్దరికి కన్నులు బాగా పనిచేయుచున్నవి. కంటి కటకము నుండి ప్రతిబింబము రెటీనాపై పడుచున్నది. అయితే అతడు చూడలేక పోవుచున్నాడు. కారణమేమిటి? దృష్టి ఏర్పడుటకు రెండు కన్నులు చాలవు. మరొకటి కావాలి. పెన్ను సాధనము మాత్రమే. వ్రాయించే శక్తి మరొక దానికి కలదు, అదే మనస్సు. అది మనో ఇంద్రియముతో సంయోగము పొందినపుడు మాత్రమే జ్ఞానేంద్రియము తెలిసికోగలదు.

చిత్తమునకు మూడు గుణములు కలవు. మనస్సు ఎప్పుడును బాహ్యవిషయాసక్తమై పరుగెత్తును. దాని వృత్తిని నిరోధించువాడు ప్రశాంత చిత్తుడు. దీనికి క్షిప్తము, మూఢము, విక్షిప్తము, ఏకాగ్రము నిరుద్ధమను అవస్థలు గలవు. పొగరుబోతు గుఱ్ఱము వలె మనస్సును పరుగెత్తనీక చిత్తవృత్తిని నిరోధించి నిరుద్ధావస్థకు తీసికొని వెళ్ళాలి. (చిత్తము ఏకాగ్రమగుటకు ప్రయత్నించునపుడు ఏకాగ్ర స్థితినుండి సమాధి స్థితికి తీసుకొనిపోవు స్థితి నిరుద్ధావస్థ.) అపుడు క్రమంగా అంతరదృష్టి ప్రారంభమగును. దృశ్యమును చూడకుండా మనో భావనలచే తెలిసికోదగినది Vision అట్లయితే కలలో కనపడే అన్నిటికి నేత్రములు అక్కర లేకుండా దృశ్యమును చూడగల్గుచున్నాము. ఇవన్నియు విజన్స్ కావల్సి వచ్చును. కాని అవి కావు. చైతన్యావస్థలో నిశ్చల మనస్సు మనోనేత్రముతో మాత్రమే

గుర్తించును. మనోనేత్రము బాగా వికసించినపుడు అతడు ఏదేని విషయముపై చేసిన కృషిని బట్టి అది సాధ్యమగును. ఈ అంతర్ దృష్టి వికసించుటకు ఆధ్యాత్మిక సాధకుడే కానక్కరలేదు. పరిశోధకుడును పొందవచ్చును. ఈ అంతర్ దృష్టి అందుకొన్న శాస్త్రవేత్తకు అనేక క్రొత్త విషయములు మనస్సు తెరపై విశ్లేషించబడును. ఆధ్యాత్మిక సాధకుడు అంతర్దృష్టితో సులభంగా గ్రహించును. శివదృష్టి అనగా శివున్ని అంతర దృష్టితో చూడడమనియే అర్థము. క్రీస్తు ప్రభువు చెప్పిన He that hath ears to hear let him hear అనే సత్యసూక్తిని గుర్తించవలెను.

4

అంతర్ దృష్టి సూక్ష్మ దృష్టికంటె శ్రేష్ఠమైనది. అంతర్ దృష్టి కలవారు నిశ్చల స్థితియందు ఉండగలరు. వారు అన్య విషయాసక్తులు కారు. బుద్ధి వివేకించుట యందు ఎన్నిక (Choosing) చేయుట యందు నిర్ణయం తీసికొనుట యందు (Selecting) వర్గీకరించుట యందు (Analysing) వారి బుద్ధి నిష్కల్మషమై యుండును. జడమైన ప్రపంచమును చైతన్యముగా చూచెడి దృష్టి గల వారికి అంతర్ దృష్టి గలదని చెప్పవచ్చును. జడములో ఆత్మ ఇమిడి వున్నది. అందుండి ప్రాణము మనస్సు చైతన్యము ఉత్పన్నమగును. అది విశ్వాత్మయొక్క సంపర్క ప్రేరణచే, అందులోని ప్రాణం విజృంభించి ప్రాణియగును.

గౌతముని న్యాయ దర్శనము కాణాదుని వైశేషిక దర్శనము ప్రకారము అణువులు శాశ్వతాలు. వాటి నుండి ప్రపంచం సృష్టించబడినది. అణువుల సంయోగము సృష్టి వియోగము ప్రళయమగును. భూమి నుండి మొక్కలు పుట్టి పెరిగి తిరిగి భూమిలోనే ఐక్యమగుచున్నవి. సృష్టి స్థితి లయములన్నియు జగత్తునకు మూలవస్తువగు ఆది భూతమైన ప్రాణ శక్తి నుండి చైతన్యం పొంది తిరిగి అందులోనే లీనమగును. శివదృష్టి యొక్క అంతస్తత్వమిదియే.

వ్యక్తికి అంతర్ దృష్టి అలవడుటకు ఏదేని శబ్దమాధారంగా కృషిచేయాలి. ఓం నమఃశివాయ పంచభూత తత్త్వములు. అవి ఆధిభూతమున లీనమై పూర్ణ పరబ్రహ్మమగు ఓంకార శబ్దబ్రహ్మమున నిలుచును. చివరికి అదియు పూర్ణమైన ఆధిభూతమున సంలీనమగును. ఏకేశ్వర తత్వమిదియే. అతి ప్రాచీన కాలము నుండి ప్రపంచమునందు వివిధ ఖండాలలో విస్తరించిన శైవము చెప్పుచున్నదిదేమాట. సాకార లింగము ప్రారంభ చిహ్నము. మంత్ర శబ్ద బ్రహ్మమగు షడక్షరిని ఊతగాగొని పయనించిన రెండగు ప్రాణ శబ్దము ఏకీకృతమగును. ఈ అవగాహనకు జ్ఞానమా వశ్యకము.

5

అగ్నిచే కాల్చబడిన విత్తనాలు మొలకెత్తలేవు. అట్లే జ్ఞానాగ్నిచే దగ్ధమైన కర్మలు జీవుని అంటుకోలేవు. నేతితో వండిన పదార్థములైనను అవి నాలుకకు అంటుకోవు. అద్దములో పడిన

ప్రతిబింబము అద్దానికి అంటుకోదు. అట్లే శివజ్ఞానము పొందిన వారికిని లోకవ్యవహారములు అంటుకోవు. అట్టివారు దగ్ధరజ్జువులగుదురు.

హృదయ పద్మమనెడి పీఠమున జ్ఞానమనెడి దీపము గల ఈ శరీరాన్ని శివుని గృహంగా మలచుకోవాలి. "దేహో దేవాలయ ప్రోక్తో జీవో దేవః సనాతనః" శివపరమాత్మ సర్వప్రాణుల హృదయములనెడి గృహమందున్నాడు. "విహితం గృహాయాం పరమే వ్యోమన్." (శ్రుతి) కావున సర్వప్రాణులను ప్రేమించాలి. సూర్యుడు ఒక్కడే అయినను తన తేజస్సు చేత విశ్వమంతా ప్రకాశంతో నింపుచున్నాడు. ఆత్మస్వరూపుడైన శివుడు ఇచ్ఛా, జ్ఞాన, క్రియ, శక్తి భేదములచే విశ్వవ్యాపకుడై శోభించుచున్నాడు. దోషములేని రూపములేని భూత, భవిష్యత్, వర్తమాన కాలము లందు చెడిపోని పరమ తేజస్సును జ్ఞానముతో దర్శించవచ్చు. ఆకాశమున పుట్టిన మబ్బులు ఆకాశమందే అణగిపోయినట్లు శివజ్ఞానము పొందిన వారి యందు వివిధ వికారాదులన్నియు అణగిపోవును.

సూర్యోదయము నుండి పనిచేయకుండా వ్యర్థంగా కాలము గడిపివేసి, ఆత్రపడకుండా సాయంసంధ్యాసమయము సమీపిస్తున్నదని తలంచి కాయకష్టము చేసి రేపటికేదైనా తినడానికి సంపాదించుకోవడానికి పనికోసం వెంపర్లాడుచున్నట్లు ఆత్రపడకుండా వయస్సుండగనే పరమేశ్వరుని శరణాగతి పొంది తరించాలి. దీపముండగనే ఇల్లు చక్కబెట్టుకోవాలి గదా!

విశ్వవ్యాప్తమైన పరమేశ్వరునిపై అంతర్ దృష్టి అలవడుటకు లోకము జ్ఞానము వైపు దృష్టి సారించుగాక.

విషయ సూచిక

1.భారతదేశం – మతాలు 1
2. మతము – సంప్రదాయము 3
3. శివస్మరణం – శివజ్ఞానం – శివధర్మం 4
4. శైవము 7
5. మంత్రము – పరిశీలన 9
6. నమః శివాయ మంత్రం వివిధార్థాలు 19
7. మలత్రయము 23
8. శివుని పంచకృత్యాలు 25
9. పంచముఖ తత్వము 27
10. పంచముఖ బ్రహ్మమంత్రాలు 29
11. పంచాక్షరి – వివిధ నామములు 34
12. పంచాక్షరి మాహాత్మ్యము 38
13.పంచాక్షరాలు అమోఘమైనవి 44
14. ప్రణవ పంచాక్షరి 49
15. శివ పంచాక్షరీ షడక్షరీ స్తోత్రము 56
16. జప విధానము 62
17. వేమన దృష్టిలో మోక్షం 69
18. శివలింగైక్యము 70
ముగింపు 72
పరమశివునకు నమస్కారం 74
ఉపయుక్త గ్రంథముల పట్టిక 75

ఓం నమః శివాయ

ప్రార్థన:

వాలిన భక్తి మ్రొక్కెద నవారిత తాండవ కేళికిన్ దయా
శాలికి, 'శూలికిన్ శిఖరిజా ముఖపద్మ మయూఖ మాలికిన్
బాల శశాంక మౌళికి గపాలికి మన్మథ గర్వ పర్వతో
న్మూలికి నారదాది మునిముఖ్య మనస్సరసీరుహాళికిన్ (భాగవతం – పోతన)

1. భారతదేశం – మతాలు

భారతదేశము వివిధ మతాలకు పుట్టినిల్లు. ఈ దేశమున హిందూ, బౌద్ధ, జైన మతము లుద్భవించి, పరిపూర్ణ వికాసంతో విస్తరించి, మానవాళి మనో ధర్మాలకు, ఆదర్శప్రాయమై, జీవన స్రవంతిని, నిత్యనూతన చైతన్యవంతంగా, మహోదాత్త ధర్మాలను ప్రచారంగావిస్తూ, విశ్వమునకు జీవనాధారమై, ధర్మ రక్షణలో జ్ఞాన దీపికలై వెలుగొందుచున్నవి. ఇవి. ప్రాపంచిక జీవనయాత్ర సుఖమయమగుటకు, సచ్చిదానంద పరబ్రహ్మతత్త్వమును ప్రబోధిస్తూ, మానవ మనుగడకు ప్రాణాధార మైన, నైతిక ఆధ్యాత్మిక జీవన ధర్మ పథములకు వెలుగుదివ్వెలై దారిచూపుచు, గమ్యమును చేర్చుచున్నవి. భేద వాద భావనలు లేకుండా, విశ్వమానవ సంక్షేమాసక్తితో, లోకాస్సమస్తా సుఖినోభవన్తు అని, భూలోకము నుండి, గ్రహాల కావలి, నక్షత్ర మండలికే కాకుండా గెలాక్సీలకు ఆవళి, లోకాలన్నింటికి సుఖ శాంతులు కలగాలని ఆకాంక్షాయుక్త శాంతిమంత్రాలతో ఉదాత్త సంస్కారాలను నిస్వార్థ బుద్ధితో కోరుచున్నవి.

త్రిగుణాలలో సాత్వికము, వాక్కులలో సత్యవాక్కు ఎంతటి ఆదర్శ ప్రాయమో, అట్లే భారతీయ మతాలన్నింటిలో హిందూమతము, అందు శైవ, వైష్ణవ, శాక్తేయ, సౌర, గాణాపత్యాది శాఖలు, విశిష్టములై యొప్పుచున్నవి. వీటన్నింటి ముఖ్యలక్ష్యం మాత్రము, మోక్ష దృష్టియే. ఇందు శాఖాభేదము లెన్నియున్నను వేదహిత కర్మానుష్ఠానమున జ్ఞానము, దాని వల్ల భక్తి, భక్తి వల్ల, పాశబంధము వీడి దానివల్ల ఆత్మపరమాత్మలో సంలీనమయి, భగవత్సాక్షాత్కారము లభించును.

బౌద్ధ, జైన మతాలు ప్రవక్తల నామములతో ప్రసిద్ధములు కాగా, హైందవ మతము మాత్రము, ఆయా దేవతల నామములతో ప్రవర్తిల్లుచున్నది. కాలక్రమమున అది సగుణ, నిర్గుణ, పరబ్రహ్మ సిద్ధాంతాలకు, ఆలవాలమై జ్ఞాన, భక్తి, కర్మ, వైరాగ్యాది విధానాలకు మూలకందమై అద్వైత, విశిష్టాద్వైత, ద్వైత, శివాద్వైత, వీరశైవాది పేర్లతో ప్రసిద్ధములై యొప్పుచున్నవి.

హిందూమతములు భిన్నత్వంలో ఏకత్వం:

శైవ, వైష్ణవ శక్త్యాది హైందవ మతములు వేదాగమ, స్మృతి పురాణాలను ప్రమాణాలుగా స్వీకరించి తమ సిద్ధాంతాలను, ప్రచలితము గావించుచు నెలవైన నేలను నిత్యనూతన చైతన్య ప్రభలతో పునీతమొనర్చు చున్నవి. మతాలన్నియు ఐహికాముష్మిక సంస్కారాలనందించి, మానవ జీవనమునకు సుఖ సంతృప్తులనందించు చున్నవి. ఇందు శివపారమ్యముగా శైవము. విష్ణు వారాధ్యంగా వైష్ణవము సుప్రసిద్ధములు.

బ్రహ్మ, విష్ణు, శివులు భిన్నులై కనబడుచున్నను, పంచకార్య నిర్వహణా నిమిత్తమై ఏర్పడిన ఒకే పరమాత్మ యొక్క అభిన్నరూపాలు. సృష్టి కార్యార్థమై ముపురమ్మలును ప్రకృతి మాయా శక్తి ప్రతిరూపాలే. పంచదారతో చేయబడ్డ వివిధ మూర్తి రూపాలు వేరైనను అన్నింటికి మూలమైన పంచదార ఒక్కటే గదా. రూపాలు వేరైనా పరమాత్మ ఒక్కటే. అన్ని మతాల సత్యస్వరూపం ఒక్కటే దారులు వేరైనా గమ్యము ఒక్కటే.

2. మతము – సంప్రదాయము

మతమనగా ఇష్టము లేక అభిమతము. మానవుడు తానుగా ఎన్నుకొని నడచే ఒక ప్రవర్తనా నియమావళి. దీనిని పూర్వము ధర్మమని, సమయమని వ్యవహరించేవారు. వేల సంవత్సరాల నుండి మానవుడు సంఘముగా నివసించడం వల్ల తన ప్రవర్తనలో నిత్య జీవితానికి అవసరమైన కొన్ని సంప్రదాయాలు చోటు చేసుకొన్నవి. కాలగమనంలో వివిధ సంఘాల జనులు సమ్మేళనంగా తప్పని సరిగా నివసించుట వల్ల ఒకరి ఆచార సమయాలు, సంప్రదాయాలు వేరొక ప్రజా సమయాలతో కలసి కాపురం చేయవలసి వచ్చింది. అవి వారివారి ఆచరణ పద్ధతులలో మేళవింపబడి కలగాపులగంగా కలసిపోయినవి. వాటిలో అందరికి నచ్చినవి మాత్రం బ్రతికి మిగిలిన సంప్రదాయాలు కాలగర్భమున కలసిపోయినవి. అందు నచ్చిన అభిమతములే నేడు మత నియమములని, సంప్రదాయాలని పిలువ బడుచున్నవి. వాటినే మత ధర్మాలని, తత్త్వసూత్రాలని, మత నిబంధనలని చెప్పుచున్నారు. ప్రపంచ ప్రజలు నూతన వికాసంతో చంద్రమండలంలో నివాసానికి ఉవ్విళ్ళూరు చుండగా తాతల నాటి పూరి గుడిసెను నేను మార్చుకోలేనని దానికి మతమనే రంగుపూసే ఛాందసవాదులు లేకపోలేదు. ఎదిగే సమాజానికి అనుగుణంగా మతపద్ధతులు మారాలి. మనిషి మనిషిలో మార్పుకు చోటుండాలి. తాను సత్యమని నమ్మిన దానిని చెప్పవలసినదే కాని ఎవరికి బాధకాకుండాను ప్రియముగాను చెప్పాలనేది గుర్తించాలి. సత్యం బ్రూయాత్, ప్రియం బ్రూయాత్. కొందరు అతీంద్రియ శక్తిపై మానవుడికి గల విశ్వాసమును మతమన్నారు. ఇది సాంఘిక, విద్య, సాంస్కృతిక ఆర్థిక, రాజకీయ మొదలగు రంగాలను ప్రభావితం చేయును.

తాత్త్విక విషయమున మతమనగా ఆత్మ సందర్శనమే. భగవత్సాక్షాత్కారమే, నిజమైన మతము. మిగిలిన దంతయు మతప్రయత్నమే గాని మతము కాదు. మతం లేకున్నను జరిగే నష్టమేమి లేదు. ఒకనాడు మతం ఎందరినో నాశనం చేసింది. గత చరిత్ర పుటలను తిరగవేసిన మతం పేరుతో జరిగిన యుద్ధాలలో ఎందరు స్త్రీలు వైధవ్యం పొందారో, ఎందరు తల్లులు పుత్ర శోకంతో కుమిలి పోయారో ఎందరు స్త్రీల మానప్రాణాలు హరించబడ్డాయో చెప్పలేము. మతం సమాజశ్రేయస్సును కాంక్షించేదిగా వుండాలి. మతం నీడలో తర తమ భేదాలు, ఉచ్చనీచాలు, ధనిక, పేద వ్యత్యాసాలు లేకుండా, ప్రపంచ మందలి ప్రజలందరు సౌభ్రాతృత్వంతో వ ర్ధిల్లాలి. అదియే భక్తి. అప్పుడే ముక్తి లభించినంత పుణ్యం. అదే నిజమైన మతము. సంఘము సత్పురుషులతో నిండినపుడు ఆ సంఘ విలువలు కూడా ఉన్నత ప్రమాణాలతో నిండి ఉంటాయి. వారు ఏ వర్ణమువారైనా, ఏ ధర్మమునకు లింగమునకు వయస్సుకు చెందిన వారయినా సరే . ఆ వ్యక్తులందరిని కలిపివుంచే దృఢమైన బంధము మాత్రము వారాచరించే ధార్మిక ప్రవృత్తులే.

3. శివస్మరణం – శివజ్ఞానం – శివధర్మం

మంత్ర స్మరణము – జ్ఞానప్రదముః

ఏదేని విషయాన్ని జ్ఞప్తికి తెచ్చుకోవడము, స్మరణ. ఇది జీవునికి శక్తినిచ్చును. ఎవరితో మనకు అవసరమున్నదో అతనిని మనము స్మరిస్తాము. లేదా మన అవసరం ఎవరికి గలదో అతడు కూడా మనలను స్మరిస్తాడు. ఈ స్మరణ ప్రేమాను బంధంతో, నిష్కాపట్యంతో, విశ్వాసముతో, అణకువతో జరుగుతుంది. స్మరణ, సాధన ద్వారా సంస్కార వంతమై, ప్రతి బంధకాలను అధిగమించి గట్టిపడి స్థిరమగును. అది చేతన స్థాయిలో ప్రారంభమయి మెల్లగా మనస్సులోని అంతశ్చేతన పొరలలోనికి క్రమంగా నిశ్చేతన స్థాయిలోనికి, ఆ తర్వాత చైతన్య రహిత స్థాయికి చేరుకొని పరతత్త్వములో శాశ్వతంగా లీనమయి నిశ్చల స్థితిలో ఉండి పోవును.

పరమాత్మ నెందుకు స్మరించాలి? దాని ప్రయోజనమేమి? అనే ప్రశ్నలుత్పన్న మగును. పరమాత్మ మన హృదయంలో నామ, రూప, గుణ రహితంగా సూక్ష్మాతి సూక్ష్మ అస్తిత్వ రూపంలో చక్షురింద్రియాల కగోచరుడుగా ప్రకాశించుచున్నాడు. జీవాత్మ తల్లి గర్భంలో ప్రవేశించినప్పటి నుండి పరమాత్మ నీడలా సాక్ష్యంగా వెంటనంటి యుండును. ఒకే ఇంటిలో ప్రక్క వాటాలో కాపురముంటున్నను ఆయనకు నీతో పనిలేదు. పలకరిస్తేనే మారుపల్కును. ఇది ఆయన స్వభావం. ఒక్కసారి పలకరిస్తే మహదానందంతో చాలాసార్లు బదులు పల్కగల అమాయకుడు. మంచి మిత్రుడు ఎంత మిత్రుడో అంత హితుడు. నీ స్మరణకు ప్రీతిచెందునే గాని చేసిన దుష్కృత్యాలను మరచిపోడు. తత్కారణంగా అవసానానంతరము శరీరము వదలి గాలిలో పరుగులు పెట్టుచు బంధనా శరీరాలకు నీ జీవాత్మ అఱ్ఱులు చాచునపుడు గతజన్మ కర్మను బట్టి సంస్కార వాసనా శరీరాల నందించుటకు తోడ్పడును.

జీవునిలో జ్ఞానోత్పత్తిః

జీవునకు పూర్వాశ్రయమైన భక్తి వెంట నంటియుండును. వారికి సమరస, నవవిధ భక్తి మార్గములను బోధించి శివస్మరణను కలిగించి అనేకాగ్రమైన మనస్సునేకాగ్రం జేసి, కేంద్రము వైపు మరలించుట వల్ల కేంద్రంలో నిబిడీకృత శక్తి సంచలనమై జీవుని గ్రమ్మి దివ్య తేజః ప్రఫుల్లమై జ్ఞానము వికసించును.

ప్రపంచమును జ్ఞానము ప్రకాశింపచేయును. జ్ఞానము జడమునకు ప్రపంచమునకు ఆధారము. జ్ఞానము వల్లనే జడము తెలియబడును. జడము ఎల్లప్పుడు జ్ఞేయమే. సూర్యుని మేఘము లావరించినట్లు, అజ్ఞానముచే జ్ఞానము ఆవరించబడి యుండును. అజ్ఞానము జీవుడు. జ్ఞానము పరమాత్మ. ఇందు తెలుసుకొనువాడు, తెలిసి కొనబడునది. తెలివి, మూడును వేరువేరు. ఈ భేదము దుఃఖములన్నింటికి కారణమును, మూలమును అగుచున్నది. జ్ఞాతృ, జ్ఞాన, జ్ఞేయములను మూడింటి మధ్య నిజముగా భేదముండదు. అఖండ ప్రకాశమగు ఆత్మ అజ్ఞానముచే ఆవరించబడి అజ్ఞానము నందలి విక్షేప శక్తిచే జ్ఞాతయని, జ్ఞేయమని, జ్ఞానమని మూడు విధముల ప్రకాశించును. ఆలిచిప్పను చూచిన వెంటనే అది వెండిచే తయారు చేసినారనే భ్రాంతి కలుగును. అది వెండిగాదు, ఆత్మ నావరించిన మాయ. అజ్ఞానము దానిని వెండిగా గోచరింప చేసెను. జ్ఞాతృ, జ్ఞేయ, జ్ఞాన రూపములను వేరు పరచునది జ్ఞాన మొక్కటే. అది అఖండము, అభిన్నము స్వయం ప్రకాశముమై నివురు కప్పిన నిప్పువలె నుండును.

జ్ఞానముతో సమానమైనది పవిత్రమైనది ఏదియు లేదు. దానివల్ల ఏ విషయాన్నైనా అట్లే అర్థం చేసికోవచ్చు. నహి జ్ఞానేన సదృశం పవిత్రమిహ విద్యతే. అణువునందణువుగను, మహత్తునందు మహత్తుగ నున్నది పరమేశ్వరాంశమేనని తెలుసుకొనుటకు జ్ఞానము తోడ్పడును.

జ్ఞానము రెండు విధములుగా విభజించవచ్చు 1) భౌతిక వస్తు జ్ఞానము, (2) ఆధ్యాత్మిక వస్తుజ్ఞానము. భౌతిక జ్ఞానం వల్ల కోరికలు ఉత్పన్నమయి స్వార్థం పరాకాష్ఠనొంది ప్రతిది తనకే కావాలనే ఆశాపాశబద్ధుడయి, కళ్ళకు, గంతలు కట్టిన గానుగ ఎద్దువలె సంసార చక్రమున తిరుగు చుండును. అతడు గమ్యం చేరుకోలేడు. జీవితంలో సంతృప్తి ఎరుగడు. అయితే ఆధ్యాత్మిక జ్ఞానం గల వారు విశ్వమంతా ఒకే కుటుంబముగా భావింతురు. వారు నిస్వార్థం, త్యాగం, పరోపకారం మానవసేవాసక్తి, ఆదర్శప్రాయము హృదయానందము కలిగి జనరంజకమై, నిత్య స్మరణీయులగుదురు.

జ్ఞాన స్వరూపమగు ఆత్మ ప్రకాశించబడుటకు శివమంత్ర స్మరణమే చక్కటి మార్గము. మేఘావృతమైన సూర్యుడు ప్రకాశించు కొలది మేఘములును ప్రకాశించును. చివరకు మేఘములు, నామ రూపములు లేక వీగిపోయిన ప్రకాశమే నిండును. జ్ఞానమును, అజ్ఞానమను పొర గప్పియున్నది. జ్ఞానము ప్రకాశించు కొలది అజ్ఞానము పటాపంచలగును. జీవితమును పునీతము చేయుటయే జ్ఞానము యొక్క పరమలక్ష్యము.

శైవమున శివమంత్రము, శివలింగములని రెండు గలవు. ఇందేది ప్రధానము? మంత్రమా? లింగమా? దేని ప్రయోజనం దానిదే పాలప్రయోజనం పాలదే, పెరుగు ప్రయోజనం పెరుగుదే. పాలను బాగా మరగ గాచి, కొద్దిగా మజ్జిగను తోడు వేయడం. వల్ల పెరుగగును. పెరుగును మధించిన వెన్న, తద్వారా నేయి ఉత్పత్తి యగును.

ఆలాగున పాలు మాత్రమే చాలని భావిస్తే, నేయిని పొందలేముగదా. వివిధ ఉపచారముల శివార్చన ఫలము మహత్తరమే. అయితే భక్తి తత్పర హృదయంతో శివమంత్రమును మధించిన తదంతర్గత మహత్తర శక్తి వలన బహుళ ప్రయోజనములు చేకూరును. అది అనుభవైక వేద్యము. ఎప్పుడును మధుర రసభరితమైన మామిడి పండు రుచి ఎరుగని వానికి మామిడిపండు రుచి తెలపాలని ప్రయత్నిస్తే అందుబాటులోని తియ్యని పదార్థములు పేర్లు చెప్పి ఇలావుందని చెప్పవచ్చునేగాని దాని యనుభవమునివ్వలేము గదా. అలాగున మంత్రస్మరణమను పూర్ణాను భవమును ఇట్టిదే.

ధర్మము – శివస్వరూపముః

శివుడు ధర్మ స్వరూపుడు. ధర్మము శివాధీనము. శివారాధన మనగా ధర్మారాధనమేగాని వేరుగాదు. భౌతిక ప్రపంచము సుఖప్రదమగుట ధర్మాచరణ వల్లనే సాధ్యమగును. ధర్మమునకు అంతరాయము కలిగించుట తన ఇంటికి తానే చిచ్చు పెట్టుకొన్నట్లగును. ధర్మమునకు ప్రాణము సత్యము. సత్యాన్న ప్రమదితవ్యం. ధర్మాన్నప్రముదితవ్యం. సత్యము నుండి చలించ వద్దనేది వేదవాక్కు. సత్యము వచించనందున బ్రహ్మ శిక్షింపబడెను. సత్యధర్మములకు నెలవు శివుడు. మానవులు చేసే ప్రతి పని సత్యముపై ఆధారపడి యున్నది. చెప్పిన మాటను కొద్ది సేపటికి చెప్పలేదనడము. తీసికొన్నది. నేను తీసికోలేదనడము. ఇలాంటి ప్రవృత్తులు, ప్రబలడము వల్ల ప్రపంచ మంతట అల్ల కల్లోలములు సృష్టించబడును. నేర ప్రవృత్తులు ప్రబలుచున్నవని అందరికి తెలియును. దానికి మూల కారణము సత్యముపై విశ్వాసము సన్నగిల్లుటయే. సత్యస్వరూపమే శివపరమాత్మ. ఆయన నుండి ఉద్భవించిన ఈ విశ్వము ఆయనకంటే భిన్నము కాదు. విత్తులో నుండి వచ్చిన చెట్టు విత్తుకంటే వేరెట్లగును.

"ఆత్మశక్తి వికాసేన, శివో విశ్వాత్మనా స్థితః

కుటీ భావాద్యథా భాతి పటః స స్వప్రసారణాత్ (సిద్ధాంత శిఖామణి 10-65)

ఈ విశ్వము ఎవరి వల్ల పుట్టుచు గిట్టుచున్నదో. ఆ మహేశ్వరుని తత్త్వమే మనకు ఆచరణీయము. శివోపాసన మహాత్ముల కెంత సులభమో అల్పాత్ముల కంత దుష్కరము. అల్పాత్ములనగా ధర్మాచరణ, సత్యస్వరూపగుణములు తెలియని వారు.

ధర్మ దేవత నధిరోహించి, విశ్వాధికుడై, విశ్వపాలకుడగు శివపరమాత్మ మార్గము నాచరించుట సర్వ శ్రేయస్కరము. సర్వశుభప్రదము.

4. శైవము

శివుని ఆరాధనా మార్గము శైవము. ఆ మార్గము ననుసరించు వారు శైవులు. అతి ప్రాచీన శైవ శాఖలలో పాశుపతశైవము. కాశ్మీరశైవము, కాపాలికము, వీరశైవము ప్రధానమైనవి. చంద్రజ్ఞానాగమము శైవమును ఎనిమిది విధములుగా పేర్కొనెను. అవి (1) అనాది శైవము (2) ఆది శైవము (3) పూర్వ శైవము (4) మిశ్ర శైవము (5) మార్గశైవము (ఆరాధ్యశైవము) (7) సామాన్య శైవము (8) వీరశైవము – ఇది మూడు విధములు అవి 1) సామాన్య వీరశైవము, 2) విశేష వీరశైవము, 3) నిరాబారి వీరశైవము.

సిద్ధాంత విలసనమున శైవము అద్వైతము, శివాద్వైతము, శక్తి విశిష్టా ద్వైతము, భేదాభేదశైవములని భేదములు గలవు. శైవ శాఖలతో ఎట్టి సంబంధము లేకుండా చతుర్దశ శైవ భేదములు గూడా కలవు. అవి (1) సమ్మిశ్రితశైవము, (2) మహాప్రతశైవము, (3) శివసమవాది శైవము, (4) ఐక్యవాది శైవము, (5) సంక్రాంతి వాది శైవము, (6) ప్రవాహేశ్వర శైవము, (7) అవికార వాది శైవము (8) ఊర్ధ్వ శైవము, (9) అనాధి శైవము, (10) మహా శైవము, (11) గుణశైవము, (12) క్రియా శైవము, (13) చతుష్పాద శైవము, (14) శుద్ధశైవము.

శైవమత ధర్మములు, సిద్ధాంతములు వేదముల నుండి, ఉపనిషత్తుల నుండి శివాగమముల నుండి, శిష్ట సంప్రదాయానుసారముగ ప్రవర్తిల్లుచున్నవి. భక్తి యోగమును సాధనముగాగొని విశ్వ ప్రపంచ రహస్యములను గుర్తించి ఆనందమను శివప్రసాదమును బొందిధన్యజీవులగుటకు శైవమే శరణ్యం. పరబ్రహ్మమగు శివస్వరూపమును లింగాకారముగా జగత్తునారాధించి, లింగైక్యము పొందుటయే శైవుని పరమార్థము.

శివుడు సంకల్ప మాత్రమున విశ్వమును సృష్టించెను. ఆయన స్వతంత్రుడు. కర్మసాపేక్షాధీనుడు కాదు. జగమంతా ఆయన లీలావిలాసమే. తదంతర్గతమే. వృక్షమునకు గల శాఖలు పత్రములు, కాండము, వేళ్ళు. ఇవి వృక్షము కంటే ఎట్లు భిన్నము కావో అట్లే, ఆయనచే సృష్టించబడిన విశ్వము పరమేశ్వరాంతర్గతమే గాని తద్భిన్నము కాదు.

అగ్ని నుండి విస్ఫులింగాలు బహిర్గతమైనట్లు, అందలి తేజస్సు అగ్ని కంటే వేరుగానట్లు జీవులన్నింటి యందలి చైతన్యశక్తి, పరమేశ్వర సంకల్ప జనిత శక్తియే గాని వేరు గాదు. జీవులన్నింటికి

ఆధారమును ఆధేయమును సమస్తము శివుడేయై యున్నాడు. అట్టి పరమాత్మ నారాధించుట జీవుల నిత్య కర్తవ్యము.

శివారాధనమునకు ప్రధానమైన ఆవరణములు రెండు అవి (1) శివమంత్రమగు పంచాక్షరి (2) శివలింగము.

ఏదేని ఒక పనిని చేయుటకు పూనుకొనే ముందు ఆ పని చేయువిధానము మరియు ప్రారంభించిన తర్వాత గలుగు వివిధ అంతరాయములను అధిగ మించుటకు వలయు ప్రయత్నాలను అందువలన కలుగు మేలుకీళ్ళు, శుభాశుభములు, లాభనష్టములు ముందుగా ఆలోచించి తగిన పెద్దల మిత్రుల, శ్రేయోభిలాషుల సలహాలు సంప్రదింపులు గ్రహించి తనదగు దృఢాభిప్రాయమును తానుగా తర్కించుకొని సత్యమని నమ్మిన తర్వాత ప్రారంభించుటకు పూనుకొందుము. ఇలా విషయాన్ని విశ్లేషించుకొని సత్సంకల్పమున మధించి, తనకుతానుగా అధ్యయనము చేసి తెలుసుకొన్నది, నిజమైన సత్యశోధనము. సంకల్పము బాగా అవగతమైన, దానిపై పూర్తి విశ్వాసము ఏర్పడును. పార్వతి హిమాలయమున తపస్సు చేయునప్పుడు మారువేషమున శివుడే స్వయంగా ఆమెను పరీక్షించదలచి, చెంతకు వచ్చి, నానా విధముల శివుని దూషించగా పార్వతి శివునిపై గల అపార భక్తి విశ్వాసములను, దృఢ సంకల్పాన్ని వ్యక్తంచేసి శివానుగ్రహమునకు పాత్రురాలాయెను. శివమంత్రార్థ, లింగార్థ స్వరూప స్వభావాదులను పూర్తిగా తెలుసుకొన్నచో వాటిపై పట్టు సాధించుటకు వీలగును. "మనస్సు మాలిన్యము లేకుండుట ధర్మమని" తిరువళ్ళువారు వచించెను.

"సముద్ర మధ్యమున అలల ఆటు పోట్లకు లోనౌతూ చలించక స్థిరంగా నిలచిన పర్వతమువలె, ప్రపంచమున నివసిస్తూ వివిధ విషయ వాంఛా వాసనల ప్రభావానికి అందక అంతర్ముఖుడైన వానిని స్థిర చిత్తుడందురు. శివారాధనకు స్థిరచిత్తము ప్రధానము.

స్వార్థము ఒక శత్రువు. సన్మార్గానికి అది ప్రధాన ప్రతి బంధకము. సర్వం శివార్పణ బుద్ధితో చేయాలి.

ప్రపంచమున శాశ్వతంగా బంధించ బడుటకు, విముక్తి పొందుటకు రెండు మార్గాలు గలవు. "నాది నావారు" (మమేతి) అనేది బంధమార్గము. "నాదికాదు", "నావారు కారు" (నమమ) అనేది మోక్షమార్గము. ఏది ఇష్టమో ఆ మార్గాన్ని ఎన్నుకొని ఆవైపే ప్రయాణము చేయవలయును.

ద్వేపదే బంధమోక్షాయ నమమేతి మమేతిచ

మమేతి బధ్యతే జంతుః నమమేతి విముచ్యతే (పైంగలోపనిషత్తు)

నమశ్శివాయ, మంత్రార్థ లింగార్థములు తెలిసి చేసే శివారాధన ప్రశస్తమై శివకృపకు పాత్రమగును.

5. మంత్రము – పరిశీలన

మంత్రజపం – మూర్తి ఆరాధనః

శివపరమాత్మ సందర్శనమును కోరుకొనే వారు లోకమున ఎందరో గలరు. భక్తి యోగం ద్వారా కొందరు, ధ్యాన యోగం ద్వారా కొందరు, కర్మ యోగం ద్వారా కొందరు, జ్ఞాన యోగం ద్వారా మరికొందరు వారి వారికి అనుకూలమైన వివిధ యోగ సాధనల ద్వారా పరమాత్మను దర్శిస్తూ వుంటారు. ఇంకా కొందరు గురూపదేశ ఉపాసనా మార్గాలలో ఆత్మోపాసన చేస్తూ ఉంటారు. గురువులపై, మహాత్ములపై విశ్వాస ముంచి వారి నైతిక, ఆధ్యాత్మిక బోధనల యందు భక్తి శ్రద్ధలు కలిగి సనాతన, హైందవ ధర్మముపై ధార్మిక దృష్టి నుంచి మనసా వాచా కర్మణా సన్మార్గాన్ని ఎన్నుకొని "ఏకం సత్ విప్రా బహుధా వదంతి "ఉన్నది ఒక్కడే భగవంతుడు అయితే విప్రులు బహువిధములుగా చెప్పుచున్నారని తెలిసి సమస్త జీవుల హృదయములందు నెలవైన అంతర్యామిని సమదృష్టితో దృఢమైన ప్రేమ భావంతో నిర్మల దృష్టితో చూచి, తన్మయత్వమున తరించుచూ ఈ భౌతిక, సంసార కార్యాకార్యములన్నింటిని మూలమగు ఆయనకే ఈశ్వరార్పిత బుద్ధితో సమర్పించిన సంసార రూపమైన బంధము నుండి జీవన్ముక్తులై తరించెదరు.

పువ్వుల నుంచి వచ్చే వాసనలను వాయువు వెంట తీసికొని వెళ్ళునట్లు, జీవుడు శరీరాన్ని ధరించేటప్పుడు, వదలి వెళ్ళేటప్పుడు, ఇంద్రియాలను, మనస్సును వెంట తీసికొని వెళ్ళును. శరీర ముండగనే వాటిని నిర్దేశించి సరియైన మార్గములో పెట్టుకో గలిగితే అవి సహాయ పడగలవు. మనస్సు రథం ఇంద్రియాలు గుఱ్ఱాలు, బుద్ధిరథికుడు, పరతత్త్వ జ్ఞానం శరీరాన్ని అంటి పెట్టుకొని యుండే మహాశక్తి. చిత్తమును స్వాధీనం చేసికొని దానిని పరిశుద్ధం చేసికొనే కొలది సరిక్రొత్త ఆలోచనలు వస్తాయి. సాధన చక్కబడుటకు మనస్సే కారణము. నిశ్చల చిత్తముతో సత్య పదార్థమైన శివుని ప్రార్థించాలి. ఇచ్చట ప్ర = అనగా బాగుగా, అర్థన అనగా కోరు కోవడం. గాఢంగా కోరుకోవడమును ప్రార్థన అందురు. ఒకే వ్యక్తి ధ్యానించ వచ్చు. పూజించవచ్చు, ప్రార్థించవచ్చు. వేటికవే ప్రత్యేకము. నిరంతరం, సత్యశోధన, ఆరాధనాది పరతత్వాసక్తితో, ధ్యాననిష్ఠతో, నిర్వికార, మోక్షేకాపేక్షతో, దీక్షా సాధనలతో బుద్ధి వికసిస్తుంది. నిర్వికల్ప, స్థితిలో లీనమైయుండి నీవుకాని నీలో నీవుండి, నీయునికిని వీగి పోవడమునకు చేసే ప్రయత్నమే ధ్యానం. అది సాధన ద్వారా సమకూరును.

నిర్గుణ భావాతీతస్థితి నాశించే వారు శివపరమాత్మ తత్త్వ జ్ఞానమెఱిగి ఆయనను ధ్యానించాలి. ఆయన మంత్ర సిద్ధుడు. మంత్ర మందున్నాడు. ఆ మంత్రము ఆయన ప్రాణము. దాని జపము వల్ల ఎలక్ట్రోమాగ్నటిక్ శక్తి కంటే మహత్తర శక్తి ఉత్పన్నమై, శూన్యంలో పయనించి ఆ దివ్య శక్తితో సంధానం పొందును. అదే బ్రాహ్మీస్థితి.

ఈ స్థితి సులభమైనది. సున్నితమైనది. సూక్ష్మమైనది. సుదీర్ఘమైనది. దీనిని అర్థం చేసుకొనుటకు తత్సంబంధ ప్రాథమిక జ్ఞానమెంతో అత్యావశ్యకము. ఇవి రెండు విధాలు. మొదటిది మంత్రము జపించుట. రెండవది విగ్రహారాధన. రెండును ఆవశ్యకమే. ప్రాథమిక దశలో భక్తులకు విగ్రహారాధన వల్ల మనస్సు నిలకడగా నుండి, భక్తి భావము ఏర్పడుటకు తోడ్పడును. స్వామిని పలకరించడము మంత్రము. శివలింగమును పూజించడము ఆయనను తాకి మేల్కొల్పడము వంటివి. ఇక్కడ అంగము – లింగము రెండును చైతన్యం పొందును. అప్పుడే హృదయ కుహరములో మేల్కొనిన భక్తి వలన జప, తపో, ధ్యాన యోగము లాత్మ నావరించును. శివమంత్రము శ్వాసతో ప్రయాణం చేస్తూ వుండగా నొసటి యందు, లింగాకారమును బిందువుగా రేఖామాత్రంగా స్ఫురించును.

వ్యక్తిపై శబ్ద ప్రభావము

విఘ్నేశ్వరుడు ఇది ఐదక్షరములు గల పదము. పాశ్చాత్య దేశీయుని ఈ పదమును పలుకమని చెప్పిన అతడు శుద్ధమైన ఉచ్చారణతో పలుకలేడు. పలికిన విగనశరుడు అనియో లేదా మరో విధముగా పలుక గలడు. ప్రయత్న పూర్వకముగా మాత్రమే సరియైన ఉచ్చారణతో పలుక గలుగును. ఏదేని అక్షరముతో గాని శబ్దముతో గాని సమ సంబంధము ఏర్పడాలంటే అభ్యాసం కావాలి. అక్షరాభ్యాసం చేయు విద్యార్థిని, ఒక పదమును చదువ మనిన, మొదట అక్షరాన్ని గుర్తించి, దాని గుణింతాలను జ్ఞాపకము తెచ్చుకొని, ఒక్కొక్క అక్షరాన్ని చదివి తర్వాత పదమంతయు చదువ గలుగును. పదాభ్యాసం తర్వాత, వాక్యములు. ఆ తర్వాత చిన్న చిన్న పుస్తకాలను చదివి అవగాహన చేసికొనును. ఈ విధంగా వ్యక్తి యందు పఠన పాఠవ జ్ఞానం పెంపొందును. తినగ తినగ వేము తియ్య నుండు, అన్నట్లు సాధన చేయగా చేయగా ఒక్క చూపుతోనే ప్రయత్నమేమియు లేకుండా, పదోచ్చారణ వేగవంతముగా కొనసాగును. పదము యొక్క అర్థజ్ఞానం తెలిసికొని పలుకుట ద్వారా లేదా మనస్సున తలంచుట వల్ల ఆ పదముతో మంచి సంబంధమేర్పడును.

బాగా తెలిసిన ఇష్టమైన పేరు వినగానే, సంతోషం, ఆనందం కలుగును. ఇష్టంలేని పేరు వినగానే ఒక విధమైన భయము, జుగుప్స వంటి భావాలు పొడసూపును. పిల్లలు మారాము చేస్తూ వుంటారు. వారిని సముదాయించడము సాధ్యము కానప్పుడు, వారుభయపడే జంతువు లేదా వ్యక్తియో వస్తున్నాడన్నంతనే, అల్లరి, మాసిపోవును. శిక్షణతో జంతువుల కభ్యాసము చేయించి, పేరుపెట్టి పిలిచిన వెంటనే అవి దగ్గర చేరును. ఇచ్చట పేరు శబ్ద సంకేతము. కొన్ని శబ్దములు బాహ్యము గాను, అంతర్గతము గాను ప్రభావము చూపును. ఒక వ్యక్తి పేరు చెప్పిన వెంటనే కొందరికి భయముతో

ముచ్చెమటలు పోయడము, ఒక్కొక్కసారి జుగుప్స ఏహ్య భావము కలగడము వాటి ప్రభావం వల్ల జీర్ణగ్రంధులలో పైత్యము ప్రకోపింపబడి వికారాదులు కనబడును. కొందరు వస్తున్నారని విన్నవెంటనే ఆనందము, సంతోషము కలగడము, ఎదురు వెళ్ళి గౌరవ మర్యాదలు చేయడము గమనిస్తుంటాము. ఇచ్చట గుర్తించవలసినది ఒక పేరు కొందరికి భయము గొల్పిన మరికొందరికి ప్రమోదము కలిగించును.

వర్షాభావం ఏర్పడినపుడు, వర్షం కోసము, వరుణ యజ్ఞం చేయిస్తారు. పల్లె ప్రాంతాలలో నేటికి విరాట పర్వం చదివిస్తారు. భజన కార్యక్రమాలలో శివమంత్రమగు ఓం నమశ్శివాయ శబ్దమును వివిధ స్వరాలతో భక్తి పారవశ్యముతో భజిస్తారు. ధ్వని తరంగాల ప్రభావం వల్ల మేఘాలు ఆకర్షించబడును. తత్ప్రభావం వల్ల ఆకాశము మేఘావృతమై వర్షం కురియును. వర్షం రాకున్నను ఆకాశం తప్పక మేఘావృత మగును. శబ్దతరంగాల ప్రభావంతోను, యజ్ఞ కార్యక్రమంలో అగ్ని యందు వ్రేల్చిన వివిధ పదార్థాల వల్ల ఉత్పన్నమైన ధూమము, ఆకాశమును గ్రమ్మి అచ్చట మేఘముల నావరించి, సాంద్రమయి, మేఘమాలికల యందలి నీటియావిరి ఘనీభవించి వర్షించును.

గ్రామ దేవతల పూజా కార్యక్రమాలలో ఒక విధమైన, చర్మతంత్రీ వాయిద్యాలను లయ తప్పక వాయిస్తుంటారు. ఆ శబ్ద తరంగాల ప్రభావానికిలోనయి కొందరు లయాను గుణంగా తన్మయత్వంతో ఊగిసలాడుతూ నాట్యమాడెదరు. శబ్ద ప్రభావం మానవుని మెదడుపై ఎంతయో ప్రభావం చూపుననుట నిత్యం గమనించే సత్యము.

ఒకేవిధమైన శబ్దమును మాటిమాటికి వినడము వల్ల నాడీ తంత్రులలో కంటికి కనరానిలోతైన గుండె పొరలలో ఆ శబ్ద ప్రభావము బాగా ప్రస్ఫుటీకరించ బడును.

మంత్రమేర్పడు విధము

ప్రతి శబ్దము బ్రహ్మమే. బ్రహ్మము నాద స్వరూపము. నాదము నుండి యే అక్షరములన్నియు జనించినవి. అన్ని అక్షరములు మంత్రములే, మన శరీరమున కనుగుణమైన శబ్దమును వ్యక్తీకరించుటకు ఉపకరించునవియైన అక్షరములను సన్నిహితము గావించుకొని వానిని మననము చేయగా అవి మంత్రములగును. మంత్రమును జపించగా అది పరావాక్కును స్పృశించును. అప్పుడు హృదయ స్పందన ప్రారంభమగును. ఆ స్పందనము బ్రహ్మముతో సంబంధము కలిగించును. అదియే ఆనందానుభూతికి నిలయమగును.

మంత్రము వల్ల నాదము:

ఇష్టమైన మంత్రమును పలుసార్లు జపించగా అది పరావాక్కును స్పందింప జేయును. ఇచ్చట వాక్కనగా ప్రకృతి పురుషుల మధ్యగల అగ్ని, మనః ప్రాణాపాన సంబంధముతో ఉదయించునాదము. వాక్కు బ్రహ్మమని బృహదారణ్యశ్రుతి. వాచైవ సమ్రాడ్ బ్రహ్మేజ్ఞాయతే, వాగ్వై సమ్రాట్ పరంబ్రహ్మ. (వాగ్వై పరంబ్రహ్మ) వాక్కు నాశము లేనిదని వేదమాతయని అమృతమునకు నాభియని తైత్తిరీయ బ్రాహ్మణము – వాక్ అక్షరమ్ ప్రథమమ్ యా ఋతస్య వేదానాం మాతా అమృతస్య నాభిః (3–39–1)

నాదము పరబ్రహ్మము:

ఇడాపింగళ నాడుల మధ్య సుషుమ్నలో నావిర్భవించు షట్చక్ర కోణముల యందున్న శక్తిరూపమైన అక్షరములతో కలసి ఆయానాయకుల ఆధిపత్యంతో బ్రహ్మ రంధ్రము వఱకు నిండియున్న విద్యాశక్తి, దీనిని శబ్దబ్రహ్మ మందురు. దీని నుపాసించిన పరబ్రహ్మ స్వరూపము తెలియును.

విద్యాశక్తియగు వాక్కు:

మూలాధారమునుండి ఆజ్ఞాచక్రము వరకు గల మార్గమును తాత్విక భావనలో వాక్కని యందురు. ఇది నాలుగు విధములు

1) పరావాక్కు; మూలాధారమును నుండి నాభి వరకు గల మార్గము.

2) పశ్యంతి వాక్కు: నాభి నుండి హృదయము వరకు గల మార్గము.

3) మధ్యమ వాక్కు; హృదయము నుండి కంఠము వరకు గల మార్గము.

4) వైఖరి వాక్కు: కంఠము నుండి బ్రహ్మ రంధ్రము వరకు గల మార్గము.

దీనిని చత్వారి వాక్పరిమితావదాని తాని విదుర్బ్రాహ్మణా
యే మనీషిణః గుహాత్రీణి నిహితా సంగయన్తి
తురీయం వాచో మనష్యావదన్తి (ఋగ్వేదమంత్రం)
వాక్కునుపాసించిన అదివశ్యవాక్కగును.

సంస్కృత భాషకు వర్ణములు ఏబది. అ నుండి క్ష వరకు గల వర్ణములు శబ్ద బ్రహ్మ స్వరూపములు. ఈ వర్ణములన్నియు షట్చక్ర స్థానముల యందు గుర్తించబడును. వాటిని విధ్యుక్తముగా నర్చించు వారు వశ్యవాక్కు గల వారగుదురు. అట్టి వారు తిట్టిన దీవించిన అట్లే జరుగును. ఆయా శబ్దములు వాటి శక్తి సామర్థ్యములు ఉపాసకుల అధీనమైయుండును. షట్చక్రస్థానములు అన్ని శరీరధారులగు జీవుల యందుండును.

శరీరధారుల విధములు:

మానవులకు వారివారి యోగ్యతను బట్టి శరీరములను ధరింతురు. ఆ శరీరములు 2 విధములు 1) వ్యావహారిక శరీరము (2) పారమార్థిక శరీరము. వ్యావహారిక శరీరాలు లోక వ్యవహారములకు తగిన విధముగా నుండును. 2) పారమార్థిక శరీరాలు యోగాది అతీంద్రియ కార్యనిర్వహణలకు, సుఖాను భూతులకు తగియుండును. పారమార్థిక శరీర ధారులు మాత్రమే షట్చక్రస్థానములు చూడగలరు.

షట్చక్రస్థాన బీజాక్షరాలు:

షట్ చక్రస్థానము	వర్ణాలు	అధిదేవత	మూలస్థానము
1) మూలాధారము	వ, శ, ష, స	గణనాథుడు	గుదస్థానము
2) స్వాధిష్ఠానము	బ, భ, మ, య, ర, ల	బ్రహ్మ	లింగస్థానము
3) మణిపూరము	డ, ఢ, ణ, త, థ		
	ద, ధ, న, ప, ఫ	విష్ణువు	నాభి
4) అనాహతము	క, ఖ, గ, ఘ, ఙ, చ		
	ఛ, జ, ఝ, ఞ, ట, ఠ	శివుడు	హృదయము
5) విశుద్ధము	అ, ఆ, ఇ, ఈ, ఉ, ఊ	మాయాధీశుడగు	
	ఋ, ౠ, ఎ, ఏ, ఐ	శివుడు (శక్తి)	కంఠము
	ఒ, ఓ, ఔ, అం, అః		
6) ఆజ్ఞాచక్రము	హం, క్షం	గురుమూర్తియగు	
		నిటలాక్షుడు	కనుబొమలమధ్య

సహస్రారము శిరస్సు మధ్య ఉండును. దీనిని బ్రహ్మ రంధ్రమందురు. జీవుడు పరబ్రహ్మయగు శివపరమాత్మతో ఈ స్థానము నుండి అనుసంధాన మేర్పరచుకొనును. మహాత్ములు ఈ స్థానము నుండి ప్రాణము విడిచి పరమాత్మలో ఐక్యత ఘటింతురు. వర్ణములన్నియు మంత్రములే, మంత్రమున ఒక అక్షరము ఉండవచ్చును. ఓంకారము ఏకాక్షర మంత్రము. కొన్ని ఏకాక్షరాలను బీజాక్షరాలంటారు.

చొప్ప వీరభద్రప్ప

బీజమనగా విత్తనము. విత్తనమును భూమి యందు నాటి, కావలసిన సదుపాయములు కల్పించిన మొలకెత్తి వృక్షమగును. మనఃక్షేత్రమున భక్తియను విత్తనాలను నాటి దానికి నిత్యము జపతపాదులను నీరుపోసి పెంచిన మొలకెత్తి పెరిగి బాగా విస్తరించి సూక్ష్మ శరీరానికి కావలసిన మోక్ష ఫలములందించును.

మంత్రము ఒక బీజము. "ఓం" నమోనారాయణాయ ఇది విష్ణు అష్టాక్షర మంత్రము. "నారాయణాయలో" రెండవ అక్షరము. "రా". తీసివేసిన నాయణాయ అగును. ఆయన మనగా మంగళము. మంగళము కానిది యమంగళము. నారాయణాయ మంత్రమున "రా" ప్రాణము. బీజాక్షరము. "నమశ్శివాయ" శివపంచాక్షరి. ఇందు "మ" తీసివేసిన నశ్శివాయ అగును. శివ అనగా శుభము. శివము కానిది అశుభము. ఈ మంత్రమున "మ" ప్రాణము ఇది బీజాక్షరము. త్యాగరాజు ఈ విషయమై శివమంత్రమునకు "మా" బీజము. మాధవ మంత్రమునకు "రా" బీజము. ఈ వివరము తెలిసిన ఘనులకు మ్రొక్కెద నన్నాడు. పై రెండు బీజాక్షరాల కలయికయే. "రామ" తారక మంత్రము అందుకే రామ శబ్దమునకు అంత విశిష్టస్థానము గలదు.

బీజాక్షరాలు వివిధ రకములు. అమృత బీజాక్షరాలు, భూబీజాక్షరాలు. ఉదక బీజాక్షరాలు, అగ్ని బీజాక్షరాలు, వాయు బీజాక్షరాలు, శక్తి బీజాక్షరాలు, అట్టివాటిలో కొన్ని ఓం, ఐం, శ్రీం, హ్రీం, క్లీం, ఫట్ మొదలగునవి. మంత్రశాస్త్రము లందు వాటి వివరములు గలవు. శబ్దార్థ జ్ఞానంతో మంత్రోచ్చారణ గావించిన విశేషమైన ఫలితము కలుగును. ఆయా అధిష్ఠాన దేవలతను మనస్సున భావించి, దర్శిస్తూ జపించిన సాధకునకు వారు శుభములు చేకూర్చెదరు. సాధారణముగా ఒకమంత్రము శక్తి మంతము కావాలంటే కనీసము పదివేలసార్లు జపించాలి.

మానవదేహానికి, దైవానికి మధ్య సంధానము కలిగించే ధ్వనులే మంత్రాలు. ఇందు ఛందోబద్ధమైనవి ఋక్కులని, గద్యరూపములో ఉన్నవి. యజస్సులని రెండు విధములు. శుక్లయజుర్వేద భాష్యంలో ఉవ్వటుడు మంత్రాలను 13 రకాలుగా విభజించెను. గుణ ప్రాధాన్యమునుబట్టి మంత్రాలు సాత్విక మంత్రాలు, రాజస మంత్రాలు, తామస మంత్రాలవి మూడు రకములు. క్షుద్ర శక్తి మంత్రములన్నియు తామస మంత్రాల వర్గానికి చెందినవి. గాయత్రి మంత్రము, విష్ణు అష్టాక్షరి, శివపంచాక్షరి సాత్విక మంత్రాలు.

అర్థభేదాన్ని బట్టి మంత్రాలు రెండు విధాలుగా విభజించిరి. అర్థం తెలిసికొని చేసేవి, అర్థం తెలియక చేసేవి. దుష్టశక్తుల మంత్రారాధన రెండవ వర్గానికి చెందును. లోక కళ్యాణమును కోరి నిశ్చల మనస్సుతో జపించే మంత్రాలు, వారినే కాకుండా వారి సంతానాన్ని తరతరాలుగా రక్షిస్తాయి. తాంత్రిక మంత్రారాధకులు జీవిత చరమగడియలలో నికృష్టజీవితం గడుపుదురు. మంత్రమనగా ఒక ధ్వనియని ఇంతకు ముందే చెప్పుకున్నాము. బైబిల్ మహాగ్రంథము మంత్రమును గూర్చి ఇట్లనుచున్నది. "మొట్టమొదట శబ్దం ఆవిర్భవించెను. ఆ శబ్దం దేవునితో గూడ ఉండెను. ఆ శబ్దమే దేవుడు". ఒక్క

శివదృష్టి

హిందూమతమే గాదు అన్ని మతాలు శబ్ద విశిష్టతను మానవ జీవితంపై దాని ప్రభావాన్ని కాస్తోకూస్తో వ్యాఖ్యానించు చున్నవి.

గ్రంథపారాయణం మంత్రజపము:

మంత్ర జపమే సర్వస్వమని చెప్పుటకు వీలులేదు. అది సులభమైన పద్ధతి మాత్రమే. భారతీయ సాహితీ సామ్రాజ్యమున మన పూర్వీకులగు దైవాంశ సంభూతులైన ఋషులు అనేక గ్రంథాలు రచించి యున్నారు. "నా నృషిః కురుతే కావ్యం" ఋషికాని వాడు కావ్యం వ్రాయలేడు. వాల్మీకి తనరామాయణ మహా గ్రంథమున గాయత్రి మంత్ర మందలి 24 బీజాక్షరాలను, నిక్షిప్తం చేయుచు, గ్రంధము రచించెను. సుందరకాండ పారాయణం కుండలినీ యోగమే.

భారతము, భాగవతము, అష్టాదశ పురాణాది పద్య గద్యాది గ్రంథాలు. భారతీయ సంస్కృతికి స్మృతిచిహ్నాలు. వాటిని నేటికిని గ్రామ సీమల యందు। భక్తి ప్రపత్తులతో పారాయణం చేయుచునే యున్నారు. వీటిని పఠించునప్పుడు అందలి నిక్షిప్త బీజాక్షర ప్రభావముతో శరీరాంతర్గతమున భక్తి భావ స్పందించబడి, ఆ స్పందన వలన యోగము సిద్ధించును.

పురాణగాధలను గానం చేయడం, పఠించడం, జ్ఞాపకం చేసుకుంటూ జీవితం గడపడం ద్వారా వారి యందు మంత్రము యొక్క చివరి చరితార్థమగు యోగము సిద్ధించును. వయస్సు పెరిగే కొలది పామర జనుల యందు భగవద్విశ్వాసం అధికమై వారికి తెలియకుండ ఆధ్యాత్మిక, నైతిక, సంఘ శ్రేయోభావాదులు పెంపొంది, సాటి వారిని, భగవత్స్వరూపంగా భావించి సేవించే దృక్పథం వల్ల పరిపక్వత చేకూరును. పఠన శబ్దంలో మనస్సు ఏకమై, కథాస్వరూప నాయకుడగు భగవంతునిపై అవ్యక్త ఆనంద బీజములు మొలకలెత్తి విస్తరించి ప్రకాశమాన మగును.

గ్రంధపారాయణము, భగవంతుని చేరుటకు ఉన్నత సోపానము. ఈ పఠన పాఠన యోగమున ఉపాస్యమగు దైవము ఉపాసకునకు భిన్న దశలలో విభిన్న రూపముల దర్శన మిచ్చును. గ్రంధాదులందు నిక్షిప్తమైన అపార శబ్ద శక్తి వలన ఆనందశక్తి మేల్కొని, ఆత్మ పరమాత్మతో సంఘటించబడి, తన్మయత్వంతో, భగవత్తాదాత్మ్యము చెందును. పురాణ గ్రంథాలను పారాయణం చేసే వారు, చేయించే వారు, వినేవారు సర్వులును శబ్దయజ్ఞ ఫలితం పొందగలరు.

యోగము కంటే మంత్రజపారాధన :

యోగసాధకులు, హఠయోగమున వాయువును కుంభింపజేసి ఆ దశలో సుషుమ్న నాడి యందు దానిని ప్రవేశింప జేయుదురు. అది అగ్ని రూపమున ప్రకాశించుచు మూలాధార చక్రస్థానము చేరును. అందుండి సాధకుని సాధన వల్ల పరిపుష్టమై వేగముగా ముందునకు సాగి, ఆజ్ఞాచక్రము చేరును. అదియే జీవైక్య స్థానపు చివరి మెట్టు. అట నుండి సహస్రారము చేరును. దాని వల్ల, "అహం

బ్రహ్మాస్మి" "తత్త్వమసి", "శివోహం" చేకూరును. ప్రాణాయామ కుంభక విద్య ఉన్నతమైనది. అపాయకరమైనది. ఇది సద్గురు సమక్షమున చేయదగినది. ఈ విద్యాసాధనకు, నేడంత ప్రాధాన్యత లేదు.

పునర్జన్మ రాహిత్యమునకు సులువైన ఆరాధనా పద్ధతి, నిష్కళంక బుద్ధితో దృఢసంకల్పంతో, ఆనంద పారవశ్యమున చేసే భగవానుని, కథా శ్రవణము, నామ సంకీర్తనము, మంత్రజపములని తెలుసుకోవాలి.

భక్తుడు తన యోగ్యతానుసారం పూజాద్రవ్యాలు సమకూర్చుకొని భౌతిక పూజను స్తుతి సంకీర్తనలతో ఇష్టమూర్తిని పూజించి ఆరాధించాలి. భగవదలంకారము కూడా ఒక యోగమగును. భగవంతుని అలంకరించి ఆనందము పొందడము యోగము కాక ఏమగును. బాహ్య పూజానంతరము, నిశ్శబ్దముగా నిర్మల మనస్సుతో, ప్రశాంతముగా కూర్చుని, ప్రపంచముతో సంబంధము కలిగించు కళ్ళుమూసుకోవాలి. దీనిని బాహ్యేంద్రియ నిగ్రహ మంటారు. ఆ తరువాత అంతరంగమును ప్రక్షాళము చేసికోవాలి. ఈ శరీరము నాదికాదనే భావం ప్రశస్తమైనది. ఏవీ నావికావనే భావం మహత్తరమైనది. నెమ్మదిగా ఇష్టలింగమును లేదా మూర్తిని మనః ఫలకముపై ప్రతిష్ఠించుకొని, మానసిక పూజ ప్రారంభించాలి. తర్వాత ఇష్ట మంత్రమును పలుసార్లు మానసికముగా జపించాలి. ఇందు ఎన్నిసార్లు జపించాలని లెక్కించనవసరము లేదు. జపించగా జపించగా క్రమంగా హృదయ స్పందన ప్రారంభమగును.

శరీరం ఊగినట్లు ఒక అనుభూతి. ఫాలభాగమున సినిమా తెరవలె అందు వివిధ ఆలోచనలు, చిత్రాతి చిత్రరూపములుగా, చలించే విధానాలతో కొనసాగుచునే యుండును. తాను చేయు కృత్యమును గుర్తించి వాటిని పోద్రోల వలెను. నిశ్చల సరస్సున అతిచిన్న రాయి వేసిన అలలు విస్తరించినట్లుగా మనఃఫలకంపై బిందువు నుండి అలలు జనించి విస్తరించు స్థితి కలుగును. మరియు అలలన్నియు బిందువగు స్థితి కలుగును. శరీరంలావెక్కినస్థితి. బరువెక్కిన స్థితి, కుంచించుకొని పోయే స్థితి, పైకి లేచి పోయే స్థితి ఇవన్నియు, అనుభూతులు మాత్రమే. ప్రారంభ సాధకులకు ఒక్కొక్కరికి ఒక్కో అవ్యక్త అనుభూతి కలుగును. ఒకరి యనుభూతి మరియుకరికి కలుగునని చెప్పలేము.

పరిపక్వత వారి వారి కర్మ సంచయమును బట్టి, గాఢ తపనను బట్టి ఉంటుంది. ఈ కార్యము ఒక నాటితో ముగియదు. ఇన్నాళ్ళని చెప్పవీలుకాదు. దీక్షతో చేయగా ఆలోచనలు లేని నిశ్చలస్థితి కలుగును. అది అవ్యక్త ఆనంద స్థితి. దాని స్వరూపాన్ని సుఖాన్ని యిలాగని చెప్ప వీలులేని ఒక మధురానుభూతి. ఇదియు తప్పుగానే చెప్పినట్లుగును. అందుకే అవ్యక్త బ్రహ్మానంద స్థితియనుట సరియైనది. ఈ నిశ్చల తాదాత్మ్య స్థితి చేరిన వారు తాత్విక సోపానమున మొదటి మెట్టు స్పృశించిన వారని చెప్ప వచ్చును. మేడకు మెట్లు ఎక్కడున్నది కనుగొనడము బహుకష్టము. కనుగొన్న తర్వాత అధిరోహించడము సులభమే. ఒక తరగతి నుండి మరియొక తరగతికి మారెడి విద్యార్థి ప్రతిసారి అక్షరాభ్యాసం చేయడు. చేయనవసరము లేదు. తానధిరోహించుస్థితి మారే కొలది ప్రారంభము నుండి

ప్రతిసారి చేయ పనిలేదు. గురుమార్గమున గురుసన్నిధిలో సాధన చేసిన మొదటి ప్రయత్నంతోనే ఉన్నత స్థితి పొందవచ్చును.

ఆనందానుభూతియే అమృతత్త్వము. అమృతమనగా మోక్షమని కూడా అర్థము గలదు. ఏదో ఒక అనుభూతి లభ్యమయినదని సాధకుడు తృప్తి చెందరాదు. నిరంతర సాధనతో తాను భగవంతుడుగా మారిపోయే స్థితి చేరుకోవడానికి తన ప్రయత్నమేదో తాను చివరి ఘడియ వరకు చేస్తూ, తపన చెందుచు, మంత్రాన్ని జపిస్తూనే యుండాలి. ఒకేసారి జపతపములు చేయవచ్చు గదా, గురువుల బోధనల ప్రయోజనమేమి, శ్రవణ మననాదుల ఆవశ్యకత ఏమిటను సందేహము కలుగును. కొందరు గురుబోధలు లేకున్నను గత జన్మ సంస్కారము వల్ల మొదటి తరగతి చదువ కుండగనే, తాను గత జన్మలో వదలినస్థితి నుండి ఒకేసారి ఉన్నత స్థితులు కూడా లభ్యమగును. ఈ స్థితి కొందరికి మాత్రమే లభ్యమగును. గురువు లేని విద్య గుడ్డి విద్య. ఏది ఏమైనను విషయ జ్ఞానము తెలియక చేసే ప్రయత్నము నిరర్థకము. అందువలన సద్గ్రంథ పఠనము, సత్సాంగత్యము పరావిద్యా తత్వమునకు అత్యంతావశ్యకము. పరమేశ్వర విశ్వాసముగల మానవులందరు పరమ శివస్వరూపులు.

మంత్రము:

మన్ + త్రైయను ధాతువు నుండి మంత్ర శబ్దము ఉత్పత్తి యైనది. "మన్" అనగా మననము చేయుట, ఆలోచించుట, విచారించుట, "త్రై" అనగా త్రాణము చేయుట అనగా రక్షించుట. మననము చేయుట వలన ఏదైతే రక్షిస్తుందో అదే మంత్రము. మంత్ర శక్తియన ఆలోచనాశక్తి. తదేక దృష్టితో భగవంతుని గూర్చి ఆలోచించుట వల్ల సూక్ష్మ విషయం కూడా మనఃఫలకముపై విశ్లేషించబడి, సత్యం, దృష్టి పథంలో ముద్రించబడును. "తత్త్వమసిగా", ఆ పరబ్రహ్మ నీవుగా బోధపడును. "మననాత్ త్రాయతః ఇతి మంత్రః", మంత్రమును ఎవరు మననము చేయుదురో, ఉచ్చరించుదురో వారిని ఇది రక్షించి, ఉద్ధరించును. మంత్రమున ఏమున్నది? అక్షరాల కలయిక మాత్రమేగదా అని భావించుట యుక్తము కాదు. ఏ శబ్దము పరబ్రహ్మ స్వరూపమో అది సచ్చిదానంద శక్తి స్వరూపము. ధర్మార్థ కామ మోక్షములను ఆ మంత్రించు శబ్ద స్వరూపము నుండి సమ్మిశ్రితమై విచారించబడి ప్రకటించబడిన చైతన్య శక్తి యుక్తము మంత్రము. ఇది తపస్సాధనకు ముఖ్యము. ఈ మంత్రోచ్చారణయే తపస్సు. మంత్రమును నిరంతరం జపించుట ద్వారా ఆత్మ పరమాత్మల సంపర్కం కలిగి మంత్రయోగం సిద్ధిస్తుంది. మంత్రం ఒకే అక్షరం కావచ్చు, రెండక్షరాలు కావచ్చు, కొన్ని అక్షరాల కలయిక గావచ్చు, ఎనిమిది అక్షరాలు కావచ్చు, కొన్ని శబ్దముల రూపంగా కూడా వుండవచ్చు. ఒక వాక్యంగాను వుండవచ్చు లేదా ధ్వని మాత్రంగా కూడా వుండవచ్చు.

"ఏకాక్షరం, ద్వ్యక్షరం వా షడక్షర మథాపి వా అష్టాక్షరం వా,
మోక్షాయ మంత్ర యోగీ జపేత్సదా"

ఆత్మ సాక్షాత్కారం పొందుటకు మొదట మంత్రంపై విశ్వాస ముంచాలి. తర్వాత మనస్సును లక్ష్యంపై కేంద్రీకరించాలి. అప్పుడు పాంచ భౌతిక ప్రపంచమును మరచి సమాధి స్థితి యందానందము పొందవచ్చును.

మంత్రం పరమాత్మ సూక్ష్మతనువు :

శివుడు నిరాకారుడు. అతనిని పూజించుట యెట్లు? మోక్షప్రాప్తి పొందుట యెట్లని నిశ్చల స్థితి పొందని మనస్సులు, పరిపరి విధముల పరిపరిభావముల ఎన్నెన్నో యనుమానముల చరించుట సహజము. మనస్సు సంశయాత్మకము. ఇది దాని స్వభావము. బుద్ధి నిశ్చయాత్మకము. బుద్ధినాశ్రయించి జ్ఞానము ద్వారా తర్కించి సత్యమను అమృతత్వమును పొందవలెను.

లోకమున వ్యక్తికి రెండు తనువులు గలవు. మొదటిది స్థూలము రెండవది సూక్ష్మము. చిరపరిచితుడైన, ఒక వ్యక్తి గలడు. అతడు "సోమశేఖర్". సోమశేఖర్ అంటూనే ఆ వ్యక్తి మూర్తి మత్వము, ఆకారం, పరిమాణం, రంగు, రూపము, మొదలగున వన్ని మన స్మృతి పథమున మెదలును. జన సమూహములో కూర్చున్నాడని తెలసి సోమశేఖర్ అని పిలవగానే, అతడు అందుండి లేచి వచ్చును.

శివ పరమాత్మ ఆకారం, లింగం, ఆయన నామము మంత్రము. లింగము, మంత్రము రెండును వాచ్య వాచకములుగా నుండునని శివాగమము చెప్పును. రెంటిని ఒకటిగా భావించి, శివుని భజించాలి. శివుడు ప్రపంచ మందలి జీవులను తన లీలార్థము సృష్టించెను. ఘట జలాగ్ర తైలబిందువు వలె జీవుల కంటికి కాన రాక వాటి మూర్థమందు కళాస్థితి యందున్నాడు. బుద్ధి, యోగమున మంత్రమునుపయోగించి ధ్యానించాలి. ధ్యానం వల్ల, శరీర మందలి షట్చ క్రస్థానాలు ఒకదాని తర్వాత ఒక్కటి చైతన్యం పొంది, వికసించి ఆయా స్థానాల యోగ ఫలితం సిద్ధించును.

6. నమః శివాయ మంత్రం వివిధార్థాలు

నమః శివాయ అను పంచాక్షరి శివ మంత్రము. ఇది ఏడు కోట్ల మహా మంత్రము లందు సర్వ శ్రేష్ఠమైనది. సప్తకోటిషు మంత్రేషు మంత్రః పంచాక్షరో మహాన్ సంసారమను త్రాటిచే కట్టబడిన జీవులను తరింపజేసి వారికి హితమును, సుఖమును, మేలును, శాంతిని ప్రసాదించుటకు, దయామయుడగు పరమేశ్వరుడు స్వయముగా ఈ మంత్రము నుపదేశించెనని స్కాంద పురాణము వచిస్తున్నది. సంసార రోగమును హరింపజేసి దరిచేరిన భక్తుల నుద్ధరించి వారికి మోక్షప్రాప్తి కల్గించును. "భవపాశ నిబద్ధానాం, దేహినాం హిత కామ్యయా ఆహోంనమశ్శివాయేతి మంత్ర మాద్యం శివః స్వయం."

నమశ్శివాయ అను మంత్రము అన్ని మంత్రములకు మూలకారణము అగుచున్నది. అభిధాన (ఉద్దేశము) అభిధేయత్వ (విధేయము) కారణమున పరమ శివుడు మంత్రముచే సిద్ధించును. ఇది శివుని నుండి వేరు కాదు. శివుడే మంత్ర స్వరూపము ధరించిన శబ్ద స్వరూపము. సర్వ జగత్తులకు హేతువు, కారణమగు పరమాత్మయగు, శివుని వాచకమే పంచాక్షరి. శివుడీ మంత్రమునకు కట్టుబడి యున్నాడు. అన్ని తత్త్వములు, అన్ని శబ్దములు పంచాక్షరి మంత్రము నుండి జనించి యలరారు చున్నవి. దీని నుచ్చరించుటయే తపస్సు. సకల మంత్రార్థ సారమిదియే. నమః శబ్దమును, శివాయకు ముందు చేర్చి ఉచ్చరించిన నమః శివాయ అగును. ఇది సర్వ శ్రుతులకు శిరోగతమైనది.

నమః శబ్దం వదేత్పూర్వం శివాయేతి తతః పరం

మంత్రః పంచాక్షరో హ్యేష సర్వశ్రుతి శిరోగతః

మః= జీవుడు, న = కాను, శివాయ = శివుడను నమః అనగా జీవుడను కాను శివుడను. అనే ఐక్యత బోధించబడి మహావాక్యమగు శివోహంను తెలుపును.

పరమాత్మ మను ర్జ్ఞ సోహం రూపః సనాతనః

జాయతే సహ యోర్లోపా దోమిత్యే కాక్ష రోమనుః (సి.శి. 8-20)

సనాతనమైన ఈ మంత్రం సోహం రూపమైనది. సకారము చంద్రబీజము, హకారము సూర్యబీజము, ఇవే ఇడా పింగళా నాడులు. కుంభకములో ఈ రెండు హల్లులు లోపించగా ఓకారము మిగులును. చివరి బిందువుతో కలసి ఓంకారమగును. ఇది నిష్కల శివుడగు శుద్ధ జ్ఞానానంద స్వరూపం. పంచాక్షరి

సకల ప్రపంచస్వరూపమైన సద్యోజాతాది పంచబ్రహ్మమగు శివుని తెలుపును. ఇందలి ప్రతి అక్షరము శివ స్వరూప ప్రతిపాదకమే.

న = గణేశుడు శివుడు. మ = మహాకాలుడు, శివుడు. శి = శక్తి విశిష్టుడగు శివుడు. వ = శంకరుడు, రుద్రుడు. య = సోముడు, (స+ఉమ) ఉమాసహితుడు. నమఃశివాయలో ప్రతి అక్షరము భవబంధ విముక్తి ప్రదము. సకలపాపహరము. మహాతేజస్వరూపము.

నమః శివాయం – లింగాంగ సంబంధము:

1) నమః అనగా అంగము – నమస్కరించు జీవుని తెలుపును. శివ అనగా లింగము – అది లింగ స్థలము. అయ అనగా సంబంధము. లింగాంగ స్థల సంబంధ పరిజ్ఞానమును తెలుపుటయే నమశివాయ అని అర్థము. ఇది వీరశైవ తత్త్వమగు శివాద్వైతమునకు మూలమైనది. జీవుడు అంగ స్థలము, శివుడు లింగస్థలము. అంగస్థలమనెడి జీవుని అనుగ్రహించుట కొరకే లింగ స్థలము. లింగాంగ సామరస్యము కలుగుటకు శివ జ్ఞానము అత్యంతావశ్యకము.

తత్వమసి పరంగా – నమః శివాయః

2) తత్ అనగా లింగ రూపుడగు శివుడు. త్వం అనగా నీవు (అంగము). “అసి” అనగా అయివున్నావు. ఇదియే లింగాంగ సామరస్యము. శివుడే నీవు. నీవే శివుడవను భావము మహత్తరమైనది. ఇది ఐక్య స్థితిలో గాని సాధ్యం కాదు. జ్ఞాన రహితమగు క్రియ, క్రియా రహితమగు జ్ఞానము సరియైన క్రియా జ్ఞానములు కానేరవు.

శివ లింగమును పూజించుట క్రియా యోగం. ధ్యానించి శివతత్త్వ మెఱుగుట జ్ఞానయోగము.ఈ ఘోర సంసార సాగరమును దాటుటకు శివార్చన తప్ప వేరు మార్గం లేదు. శివుని ధ్యానము చేత, అర్చన చేత, ధారణ చేత పూజించి తరించాలి.

శివ శబ్దవివరణ

1) శివ శబ్దమునకు శ్రేయస్సని, భద్రమని కళ్యాణమని మంగళమని, శుభమని నిఘంటువులు తెల్పుచున్నవి. ఇది రెండక్షరములు గల పదము. ఇది ఆది దంపతులగు పార్వతీ పరమేశ్వరులిర్వురిని సూచించును. శివ అనగా శక్తి విశిష్టుడగు పరబ్రహ్మ. శివ శబ్దానికి మోక్షమని కూడా అర్థము గలదు. "శివో మోక్షే మహాదేవే.”

2) “శి” అనగా ఆనంద స్వరూపుడు "వ" అనగా అమృత స్వరూపిణి.

"శం నిత్యం సుఖమానంద మికారః పురుషః స్మృతః
వకారశ్చన్తి రమృత మేలనం శివ ఉచ్చ్యతే తస్మాదేవం
స్వమాత్మానం శివం కృత్వార్చయేచ్చినం."

3) శి = శ + ఇ . "శ " అనగా సుఖము ఆనందమని, "ఇ" అనగా ప్రకృతి. "శి" అక్షరము ఆనంద ప్రకృతి గల పురుషుని తెలుపును. "వ" = వ్ + అ. వ్ = శక్తి, అ = అమృతము. వ అక్షరము అమృత స్వరూపము గల శక్తిని తెలుపును.

4) శివ అనగా ఆనంద స్వరూపుడు అమృత స్వరూపిణితో కలసిన వాడని అర్థము.

5) సత్వరజస్తమో గుణములు లేక నిర్గుణుడై శుద్ధుడగుట వలన శివుడని అర్థము.

"నిస్త్రైగుణ్యతయా శుద్ధత్వాత్."

6) శివః స్మరించిన మాత్రమున పాపములను నాశనము చేయువాడు శివుడు

"స్మృతిమాత్రేణ పాపనాశా ద్వాశివః"

7) వికారము లేని వాడు శివుడు

"నిర్వికారో భవతి శివః"

8) సజ్జనుల మనస్సులందు హాయిగా నిలుచువాడు శివుడు. అనగా సజ్జనుల మనస్సులు ఈతని యందు ఎల్లప్పుడు విశ్రాంతి చెందును. కావున అతడు శివుడనబడును.

"శేరతే సజ్జనమనాంసి అస్మిన్నితి శివః"

9) సత్పురుషుల మనస్సులందు విశ్రమించు వాడు శివుడు.

"శేతే సజ్జన మనస్వయమితి శివః".

సృష్టికి అనాది నుండి ఆణవాది మలములతో ఎట్టి సంపర్కము లేని పరమశుద్ధుడు, సర్వస్వతంత్రుడు, సచ్చిదానంద స్వరూపుడు, హద్దులేని అమిత తేజస్సంపన్నుడు, నిర్వికారుడై ఎల్లప్పుడు శమించి యుండువాడు, బ్రహ్మాది దేవతలకు ఆశ్రయుడు సర్వశుభములకు స్థానమైనవాడు, సూర్యచంద్రాగ్నులనెడి మూడు కన్నులు గల్గిన కాలస్వరూపుడు, కాలాతీతుడు, సర్వ మంగళాత్మకుడనే పదములన్నియు శివ యనెడి రెండక్షరముల అర్థాన్నే వ్యక్తము చేయును.

పరబ్రహ్మ తత్త్వము నంతటిని తెలియజేయుటకు వాడబడు అతి సంక్షిప్త పదము శివ. ఇతరములైన గంగాధర, చంద్రశేఖర విరూపాక్షి మొదలగు నామము లన్నియు శివుని గుణగణములను తెలుపును.

శివ ఇత్యక్షర ద్వంద్వం పరబ్రహ్మ ప్రకాశకం

ముఖ్యవృత్త్యా తదన్యేషాం శబ్దానాం గౌణవృత్తయః

పరమేశ్వరునికి గల సంపూర్ణత్వమును శివ అనెడి పేరు మాత్రమే తెలియ జేయును.

శివశబ్దస్మరణ

"శివేన నవినా దేవీ దేవ్యాచ నవినా శివః

ఏ తయోరంతరం నాస్తి చంద్ర చంద్రికయోరివ."

శివుడు లేనిదే దేవి లేదు. దేవి లేనిదే శివుడు లేడు. వారిరువురు చంద్ర చంద్రికల వలె విభజింపవీలు కానివారు.

శివ శబ్దస్మరణతో ధర్మార్థకామమోక్షములను పురుషార్థములు సిద్ధించగలవు. శివుడు సర్వభూతములందు తానంత రాత్మయై అన్నింటి యందు విస్తరించియున్నాడు. నాశమగు వస్తువులోను, నాశరహితుడగు బ్రహ్మను చూడగల్గడమే లోచూపు. బైబిల్లో ఈ విషయాన్ని కన్నులు గలవారే చూడగలరు అనిగలదు. "Those that have eyes let them see" ఆత్మ దృష్టిగల్గి భగవదాత్మను అంతర దృష్టితో చూడడమనగా జ్ఞానాక్షిని వికసింపచేసి కోవడము. దీనిని బౌద్ధులు సమ్యక్ దృష్టియన్నారు. ఈ దృష్టి వికాసం పొందుటకు సద్గ్రంధ పఠనము, సత్సాంగత్యము, సత్సంకల్పము సద్గురువులను ఎన్నుకొని వారి యాశీస్సులు పొందడము, మహాత్ములు చెప్పే ఉపన్యాసములను వినడము. ఏ పని చేస్తున్నా మనస్సును పరబ్రహ్మవైపు మళ్ళించి యుంచుకోవడం, ఇలా చేయగా చేయగా క్రమంగా అట్టి చూపు అలవడి సాత్విక భావ దృష్టి అలవడును.

7. మలత్రయము

నమః శివాయ అనగా కళ్యాణమునకు నమస్కారమని యర్థము. కళ్యాణము నొసంగుటకు ప్రధానమైన వాడు కళ్యాణుడు. జీవులలో మలత్రయము నశించినప్పుడు మాత్రమే ఇది సాధ్యమగును.

మలమనగా ఆత్మనాశ్రయించి యున్న దుష్టభావము. ఈ మలములు మూడు గలవు. అవి (1) ఆణవ మలము (2) మాయా మలము (3) కార్మిక మలము. వీటిని పాపములనియు అందురు. సర్వప్రాణుల యందు వారి వారి కర్మలను బట్టి యివి శరీరముల నంటి పెట్టుకొని యుండును. ఎట్టి వారికిని వీటి నుండి తప్పించుకొనుటకు వీలు కాదు. వీటిని అనుభవించక తప్పదు.

ఈ మలములు పామరుల యందు సంపూర్ణ శరీరముతోను, తత్త్వవేత్తలందు నిద్రించు స్థితిలోను, యోగులందు దహించబడినవి గాను ఉండునని దేవీభాగవతము ప్రబోధించుచున్నది.

ప్రసుప్తాః తత్త్వ వేతౄణాం దగ్ధదేహస్తుయోగినాం"

అవిచ్ఛిన్నో దారరూపాః క్లేషా విషయ సంగినామ్.

పశువులగు జీవులకు పతి యగు రుద్రుని యనుగ్రహముచే పాశములు వీడి, సంసారముక్తులగుదురని శివతత్త్వ సారమున మల్లికార్జున పండితుడు వచించెను.

మలత్రయ లక్షణాలు, నివారణ

ఆణవమలము:

స్థూల శరీరముపై అభిమానము ఆణవ మలము. ఆత్మయందు, అనాత్మభావన, దేహాదుల యందు ఆత్మభావన కలిగి యుండి సర్వ వ్యాపియైన శివపర బ్రహ్మమగు తాను అణుపరిమాణము గలవాడని తలంచును. ఈమె నాతల్లి యని, వీరు నా సంతానమనే భ్రాంతిని వదలిపెట్టి తనలో శివాంశను మేల్కొనునట్లు చేయుట వలన ఆణవ మలము దగ్ధమగును.

కార్మికమలము:

కారణ శరీరముపై అభిమానము కార్మిక మలము. ఇది ధర్మాధర్మ రూపములగు, కర్మల వలన ఏర్పడును. ధన రూపమున మానవుని పీడించు చుండును. పుణ్య, పాప కర్మ మంతయు కార్మిక మలముగా నుండును. తనకున్నంతలో తృప్తి పొంది తన వద్ద నున్న ద్రవ్యాదులను గురులింగ

జంగములకు పీడితులకు పేదలకు, అన్నార్థులకు దాన ధర్మ రూపములలో ఇచ్చి తీర్థ ప్రసాదములను ఆశీస్సులను స్వీకరించుట వలన కార్మిక మలము తొలగును.

మాయికమలము:

గురువులు పదేశించిన సన్మార్గము లందు, పరమాత్మ భావనల యందు బుద్ధిపోకుండా వుండును. శివుని గూర్చిన జ్ఞానము కలుగదు. ఏకముగా నున్న పరమాత్మ తత్త్వమును అనేక విధములుగా తలంతురు. వేని యందు మనస్సు తగులదు. ఈ విధమైన మాయచే కప్పబడి యుండుటయే మాయిక మిలము. సూక్ష్మ శరీరముపై యభిమానము కలిగి కులాభిమానమును వదలి అన్నింట ఆత్మస్వరూపమగు భగవంతుని దర్శించుట వల్ల మాయిక మలము తొలగును.

మలబద్ధుల లక్షణాలు

మలబద్ధులైన జీవులు దేవునిపై విశ్వాసము లేక దైవజ్ఞానమునకు దూరులుగా నుందురు. అజ్ఞాన తిమిరగ్రస్తులై నిరంతరం వారిలో దుష్కృత్యపు ఆలోచనలు పొరలు పొరలుగా వచ్చు చుండును. పరులను పీడించుట, పరధన మపహరించుట, పరస్త్రీల పై వ్యామోహము, మత సహనము లేక ప్రతి చిన్న విషయానికి వాదునకు దిగుచుందురు. ఓర్పు నశించును. శారీరక బలము అధికార దంభము, కుల గర్వము, ధన మదమున విర్రవీగుచు స్థూల శరీరమే సర్వస్వమని, శాశ్వతమని తాను అందరి కంటే సర్వాధికుడననే అహంకారముతో కొట్టుమిట్టాడు చుందురు. పాప కార్యములే వారికి ప్రీతిపాత్రములు. ఓగు నోగు మెచ్చు నన్నట్లు దుర్మార్గులనే ఉత్తమోత్తములుగా భావించు చుందురు. ఎంత గొప్ప వారినైన తక్కువగా లెక్కించి గేలి చేయుదురు.

కొందరిలో ఒక మలముండును. వీరిని విజ్ఞానాకులు లందురు. కొందరిలో రెండు మలములుండును. వీరిని ప్రళయాకులు లందురు. మరి కొందరిలో మూడు మలము లుండును. వీరిని సకలురని పిలుతురు. మలత్రయము గల వారికి శివ దీక్షనివ్వడం వల్ల ప్రయోజన ముండదు. ఊసర క్షేత్రమున శ్రేష్ఠమగు విత్తనాలు ఎన్ని విత్తినను ప్రయోజనము లేనట్లు, మూడు మలములు తొలగిన తర్వాత, అట్టి వారికి మాత్రమే దీక్ష నివ్వవలయును. గణం కంటే గుణం మిన్న. గంపెడు గులకరాళ్ల కంటే రత్న మొక్కటి మేలుగదా. దీక్షా గురువులు దీక్ష నివ్వడముతో చేయి దులుపుకోరాదు. వారి యందు జన్మ బంధముగా వచ్చు మలములను తొలగించి దీక్షా బద్ధులను గావించి పునీతులను చేయాలి. మట్టి కొట్టబడిన అద్దంలో ప్రతిబింబము చూడలేము గదా. ఆవిధముగా మలములు నశించిన వారు శుద్ధులగుదురు.

8. శివుని పంచకృత్యాలు

శివునికి పంచ కృత్యాలు గలవు అవి (1) సృష్టి (2) స్థితి (3) సంహారం (4) తిరోభాసం (5) అనుగ్రహం. ఇవి పంచాక్షరి అంతర్గతాలే. ఈ పంచ కృత్యాల నిమిత్తం శివుడు పంచాననుడాయెను. ఈ భౌతిక ప్రపంచం తామర తంపరగా వృద్ధి చెందుటయే సృష్టి. వృద్ధి చెందే స్థూల సృష్టి క్రమాన్ని నిర్ణీత శిక్షణా మార్గంలో నడిపి రక్షించుటయే స్థితి. ఈ భౌతిక ప్రపంచ స్థూల రూపాన్ని విభజించి సూక్ష్మరూపంగా మార్చడమే సంహారం. సూక్ష్మరూపంగా మార్చబడిన దానిని తిరిగి సృష్టి జరిగే వరకు పరిరక్షించుటయే తిరోభాసం. శివారాధనా తత్పరులైన జీవులందరిని బంధ విముక్తుల చేయుటయే అనుగ్రహం. మొదటి నాలుగు భౌతిక ప్రపంచ సంబంధులైతే చివరి దగు అనుగ్రహం మాత్రం ఒక్క శివ పరమాత్మకు మాత్రమే సాధ్యమగును.

సృష్టిక్రమంలో జీవులు భూమి నుండి పుట్టి నీటి వల్ల పెరిగి, అగ్ని వల్ల హరించబడి, వాయువువల్ల మరుగై చివరకు తేజస్వరూపమగు ఆకాశం వల్ల భూమిని చేరి పునరుత్థానము చెందుదురు. ఈ పంచకార్య నిర్వహణా నిమిత్తం శివుడు పంచముఖుడై తేజరిల్లు చుండును. "సృష్టి పాలన సంహారాం స్వంసదా కురుతే నమ" : సృష్టి స్థితి పాలకుడగు సదాశివునకు నమస్కారములు.

పంచముఖి శివ పరబ్రహ్మ

శాంతం పద్మాసనస్థం శశిధర మకుటం పంచవక్త్రం త్రిణేత్రం
శూలం వజ్రంచ ఖడ్గం పరశు మభయదం దక్షిణాంగే వహంతమ్
నాగం పాశంచ ఘంటాం ప్రళయ హుతవహం సాంకుశం వామభాగే
నానా లంకార యుక్తం స్ఫటిక మణినిభం పార్వతీశం నమామి.

9. పంచముఖ తత్వము

శివునకు పంచ ముఖములు గలవు. అవి (1) సద్యోజాత, (2) వామదేవ, (3) అఘోర, (4) తత్పురుష (5) ఈశాన ముఖములు. ఈ యైదు ముఖాలలో పంచాక్షరాలు. పంచ భూతాలు, పంచ తత్వాలు, పంచ కృత్యాలు పంచ బ్రహ్మ మంత్రాలు జనించి ఆయా దిక్కుల ముఖాలలో ఉపదేశించ బడినవి.

1. సద్యోజాత ముఖము:

ఇది పశ్చిమ ముఖము. ఈ ముఖము నుండి నకారం జనించెను. ఇది బ్రహ్మను, భూమిని సూచిస్తుంది. పుడమి తత్త్వము. సృష్టి భూమి నుండి ఉద్భవించును. దాని కర్త బ్రహ్మ. ఆయన పరమ శివుని సద్యోజాత ముఖము నుండి జన్మించి, సృష్టి చేయు సామర్థ్యము పొందెను. ప్రపంచ విస్తరణ ఆయన కృత్యము. ఈ ముఖము నుండి సద్యోజాత మంత్రము ఉపదేశించబడినది.

2. వామ దేవ ముఖము:

ఇది ఉత్తర ముఖము. ఈ ముఖము నుండి మకారం జనించెను. ఇది విష్ణువును, జలమును సూచించును. జలతత్త్వము బ్రహ్మకల్పిత సృష్టి కార్యక్రమాన్ని కాపాడు స్థితి. ఈ స్థితి నీటి ద్వారా పెరుగును. దీని నిర్వహణకర్త విష్ణువు. ఆయన వామదేవ ముఖము నుండి జన్మించెను. శివుని యనుగ్రహముచే సృష్టి, రక్షణ శక్తిని పొంది పాలకడలిపై శేషశయనుడై యుండి ఈ కార్యమును నిర్వహించును.

3. అఘోర ముఖము:

ఇది దక్షిణ ముఖము. ఈ ముఖము నుండి శికారం జనించెను. ఇది రుద్రుని, అగ్నిని సూచించును. అగ్ని తత్వము. విస్తరించిన చైతన్య ప్రపంచమును స్థూలరూపము నుండి విడదీసి సూక్ష్మరూప మొందించు కృత్యము సంహారము. అఘోర ముఖోద్భవుడగు రుద్రుడు దహన శక్తిని పొంది తానగ్నియై రక్షణ స్థితిని హరించును.

4. తత్పురుష ముఖము:

ఇది తూర్పు ముఖము. ఈ ముఖము నుండి వాకారము జనించెను. వాయుతత్త్వము. ఇది మహేశ్వరుని, వాయువును సూచించును. సూక్ష్మరూప ప్రపంచమును పునః సృష్టి వరకు రక్షించు తిరోభాస కార్యమిది. తత్పురుష ముఖోద్భవుడైన మహేశ్వరుడు వాయువై రుద్రుని తేజమును హరించును.

5. ఈశాన ముఖము:

ఇది ఊర్ధ్వ ముఖము. ఈ ముఖము నుండి యకారము జనించెను. ఆకాశ తత్త్వము. పరమ శివుని, ఆకాశమును సూచించును. ప్రపంచ మందలి జీవులను బంధ విముక్తులను చేయు కార్యము అనుగ్రహము. శివానుగ్రహము వల్ల ఆకార్యము సాధ్యమగును. ఈశాన ముఖము నుండి వెలువడిన వ్యోమకేశుడు నాల్గు ముఖముల మధ్య ఊర్ధ్వ దిశలో విరాజిల్లుచు జీవుల ననుగ్రహించును.

10. పంచముఖ బ్రహ్మమంత్రాలు

1) సద్యో జాతావతారం:

సద్యోజాత మంత్రం:

"సద్యోజాతం ప్రపద్యామి సద్యోజాతాయ వై నమోనమః
భవే భవే నాతిభవే భవస్వమాం భవోద్భవాయ నమః"

శ్వేత కల్పంలో బ్రహ్మధ్యానంలో ఉండగా ఎరుపు తెలుపు నలుపు వర్ణాలు కలసిన వర్ణంతో ప్రకాశించు కుమారుడు అప్పటి కప్పుడే ఆవిర్భవించి, బ్రహ్మకు సృష్టి విధానమును గూర్చి బోధించెను. ఆయనయే సద్యోజాతుడు. ఆయన మనస్సునావహించి యుండును. బ్రహ్మ ధ్యాన ఫలితంగా ఆవిర్భవించిన అవతారము సద్యోజాతము.

సద్యోజాత బ్రహ్మప్రార్థన:

సద్యోజాతుడవు, స్వయంభువుడవైన ఓ పరమేశ్వరా, ప్రభూ, నిశ్చల మనస్సుతో మాటిమాటికి నిన్ను స్మరించి నమస్కరించుచున్నాను. చావు పుట్టుకల క్రమ పరిణామ కార్యక్రమములో నాయాత్మ చిక్కుబడకుండా జనన మరణములు లేకుండా, ఎల్లప్పుడు నీయందే లీనమై యుండేటట్లు నాకు స్వేచ్ఛను ప్రసాదించుము.

మరణాంతరము నాయాత్మ వేరువేరు శరీరములందు ప్రవేశించి వేరు వేరు జన్మలను పొందకుండా వాటికి దూరంగా వుంటూ, ఈ దుఃఖ సంసార బంధములు నన్నంటకుండా, ఆశాపాశములు నన్ను కట్టి పడవేయకుండా, దేవా! ఆత్మజ్ఞానాన్ని ప్రసాదించి, కృపాయత్త చిత్తుండవై నన్ను గ్రహించుము.

జీవాత్మ యగు నేను పరమాత్మయగు నిన్ను అణకువ వినయాలతో మాటిమాటికి చేతులు జోడించి నమస్కరిస్తున్నాను. ఓసద్యోజాత, ప్రభూ నీతో ఐక్యత సంఘటిల్లి, నీలో శాశ్వతంగా నిలిచి యుండేటట్లు, ప్రసాద దృష్టితో నన్నాశీర్వదించుము. నీవే సర్వస్వమనియు నీవు దప్ప వేరెవ్వరు నాకు దిక్కులేరని, నీ వైపే మొర ఎత్తి నిన్నే చూస్తూ క్షణమేని మరవక నిలిచి యున్నాను. దేవాదిదేవా ప్రభూ నన్నను గ్రహించుము.

2) వామదేవ అవతారము:

వామదేవ మంత్రము:

"వామ దేవాయనమో, జ్యేష్ఠాయ నమః
శ్రేష్ఠాయనమో రుద్రాయనమః
కాలాయనమః కలవికరణాయనమో
బలవికరణాయ నమో బలాయనమో
బలప్రమథ నాథాయ నమస్సర్వ భూత దమనాయనమో మనోన్మనాయ నమః"

రక్తకల్పంలో బ్రహ్మ శివుని గూర్చి తపమాచరించగా, శివుడు వామదేవావతారంలో ప్రత్యక్షమై ప్రపంచాన్ని సృష్టించే శక్తిని ప్రసాదించి అంతర్హితుడాయెను. వామదేవుడు అలౌకిక సౌందర్యవంతుడు. అహంకారాన్ని ఆశ్రయించి యుంటాడు.

వామదేవ బ్రహ్మప్రార్థన:

సుందర స్వరూపంతో ప్రకాశించు దయామయుడవగు ఓ వామదేవా నీకు నమస్కారము. సృష్టి స్థితి కార్యములన్నింటికి ఆద్యుడవు మహోన్నతుడవు శ్రేష్ఠుడవగు నీకు నమస్కారము. జీవులనుసృష్టించి, వారిని నాశనము చేసి బాధలను కలిగించి ఏడ్పించు స్వభావము గల నీకు నమస్కారము. మృత్యువునకు సైతము మృత్యువును ఆపాదించి కాలమును శాసించు వాడవగు నీకు నమస్కారము. సృష్టి, విస్తరణ పరిణామములను నిర్దేశించే కాల పురుషుడవగు నీకు నమస్కారము. ఈ విశ్వమునకు ప్రకృష్టమైన బంధమును, మార్పు చేర్పులు చేకూర్చు కార్యక్రమములకు కారణ భూతుడవగు నీకు నమస్కారము.

జీవులకు, ప్రకృతికి, విశ్వమునకు, వివిధ స్థితులకు వివిధ దశలకు కావలసిన శక్తిని చేకూర్చే శక్తుడవైన నీకు నమస్కారము. అన్ని శక్తులకు మహాశక్తివైన నీకు నమస్కారము. విస్తరించబడిన సృష్టి స్థితులను లయకాలంలో నాశనమొనర్చే మహాబలుడవైన నీకు నమస్కారము. సృష్టించబడిన సర్వభూతములను నీయందే లీనంచేసుకొనే మహాశక్తి స్వరూపా! నీకు నమస్కారము. ఆత్మజ్ఞాన వికాసమునకు కారణభూతుడవైన నీకు నమస్కారము.

3) అఘోర అవతారం

అఘోరమంత్రము:

"అఘోరేభ్యో థఘోరేభ్యో ఘోరఘోర తరేభ్యః

సర్వేభ్య స్సర్వ శర్వేభ్యో నమస్తే అస్తు రుద్రరూపేభ్యః"

శివకల్పంలో నల్లరంగు, శరీరంతో, నల్లబట్టలూ, నల్లపూలమాలికలు, నల్లటి జందెము, నల్లటి కిరీటము ధరించి, శివుడు అఘోర బ్రహ్మగా అవతరించి బ్రహ్మకు పరిపూర్ణ సృష్టి సామర్థ్యమును సమకూర్చి అంతర్ధాన మాయెను. ఆయన బుద్ధి తత్త్వాసి. అఘోరుడు సత్వగుణ ప్రధానుడు. ఘోరుడు రజోగుణ యుక్తుడు ఘోరాఘోరుడు తమోగుణ ప్రధానుడు.

అఘోరబ్రహ్మ ప్రార్థన:

త్రిగుణ ప్రధానుడైన ఓశర్వా, సర్వకాలముల యందు నానమస్కారములను గ్రహించుము. దయ గలిగియు భయంకరమైన వాడవై, నాశనము చేయగల మహాశక్తి శాలివైన ఓ రుద్రరూపా నీకు నమస్కారము. సత్వరజస్తమోగుణాధికుడవై భోగాశ్రయుడవగు నీకు నమస్కరించుచున్నాను.

అగ్నికి రెండు రూపాలు గలవు. ఒకటి ఘోర రూపం మరియొకటి అఘోర రూపం. భయంకర మైన ఘోరరూపంలో జగత్తును వినాశం చేయును. అఘోర రూపంలో అతడు జగత్తును పాలిస్తాడు. రక్షిస్తాడు. సృష్టిలో అగ్ని లేకుండా చరాచర ప్రాణులు బ్రతుకలేవు. మేఘాల్లో విద్యుత్తు రూపంలో అగ్ని ఉంటుంది. అది వినాశకారే అయినా జలాన్ని వర్షించి ప్రాణులకు ఆహారాన్ని సృష్టించే శక్తి నిస్తుంది. ప్రళయంలో సృష్టి బీజాలు, సంహారంలో ఉత్పత్తి బీజాలు ఆయనలో అంతర్భూతమై యుండును. "త్వమగ్నేరుద్రో" అనుటను బట్టి రుద్రుడు, భయంకరుడు వినాశకారి.

ఆయన వద్ద అనేక రోగాలను నివారించే శక్తి గలదు. విషదోషాలు పోగొట్టును. పశువు వలె ఉగ్రుడు. భక్తుల కష్టాలను దూరంచేయును. చల్లదనమును శుభాలను కలిగించును. కరుణ కలవాడు దయాగుణం గల దైవశక్తి ఆయన, అగ్ని యొక్క భౌతిక రూపమగు పైకి లేచే అగ్నిశిఖయై లింగరూపుడుగా ఆరాధించ బడుచున్నాడు. అధర్వవేదంలో "తస్మైరుద్రాయనమో" "అస్త్వగ్నయే" అని ప్రస్తుతించబడినాడు.

రుద్రుడు అష్టమూర్తి

1) రుద్రుడు అగ్నిరూపుడు

2) శర్వుడు జలరూపుడు

3) పశుపతి ఓషధిరూపుడు

4) ఉగ్రుడు వాయురూపుడు

5) అశని విద్యుద్రూపుడు

6) భవుడు పర్జన్యరూపుడు

7) మహాదేవుడు చంద్రరూపుడు

8) ఈశానుడు ఆదిత్యరూపుడు ఇట్లు రుద్రుడు. ప్రకృతిలోని సమస్త పదార్థాలలో నివసించే అగ్ని యొక్క తేజస్సుగా చెప్పబడినాడు. శ్వేతాశ్వరోపనిషత్తులో రుద్రుడు జగన్నిర్మాణ కర్తగాను, విశ్వపతిగాను, విశ్వాధిపతిగాను, మహర్షుల, దేవతల, ఉత్పాదకుడుగాను, ఐశ్వర్య సంపన్నుడుగా కీర్తించబడి, "ఏకో రుద్రో నద్వితీయస్తుః రుద్రుడు ఒక్కడే ఆయనకు సాటి మరి ఎవ్వరును లేరు. అట్టి మహాత్ముడైన అ ఘోర రూప పరబ్రహ్మను భయభక్తులతో కీర్తించి నమస్కరించుచున్నాను.

4) తత్పురుష బ్రహ్మావతారం

తత్పురుష మంత్రము:

"తత్పురుషాయ విద్మహే మహాదేవాయ ధీమహి తన్నో రుద్రః ప్రచోదయాత్."

పీతవాప కల్పంలో శివుడు తత్పురుష బ్రహ్మగా అవతరించి బ్రహ్మకు సృష్టి సామర్థ్యమును అనుగ్రహించెను. ఆయన సమస్త జీవులను ఆశ్రయించి యుండును.

తత్పురుష బ్రహ్మ ప్రార్థన:

"మహోన్నతమైన దేవదేవుని మేము తెలిసి కొందుముగాక, మహాదేవుడైన నిన్ను ధ్యానింతుము గాక, ధ్యాన మందు రుద్రుడు నన్ను ప్రేరేపించి ప్రోత్సహించును గాక." తత్పురుషుడగు శివపరమాత్మను తెలిసికోవడం సామాన్య విషయం కాదు. ఆయనను తెలసికొనుటకు బ్రహ్మవిష్ణువులకు కూడా వీలుకాలేదు. తెలిసికొన్నను ఆయనను ధ్యాన మందు నిలుపుకోవడం అసామాన్యం. నిలుపుకొన్న వారిని ఆయన ప్రేరేపించి ప్రోత్సహించడము, జీవుని ఆత్మ స్థైర్యాన్ని బట్టి వుంటుంది. పడుతూలేస్తూ నడక నేర్చే బాలుని, తల్లి ప్రోత్సాహించడం లేదా! అట్టి ప్రోత్సాహం కావాలంటే దేవదేవుని తెలుసుకొనక తప్పదు. నీ ముంగిట ఆయన నీ పిలుపుకై చెవి యొగ్గించి నీవు జన్మించినప్పటి నుండి కాచుకొని యున్నాడు. నిస్వార్థంగా తపనను రంగరించి ఒక్కసారి పిలువుము.

5) ఈశాన బ్రహ్మావతారం:

ఈశాన మంత్రము:

"ఈశాన స్సర్వ విద్యానామీశ్వర స్సర్వభూతానాం
బ్రహ్మాధిపతిర్బ్రహ్మణోధిపతిర్బ్రహ్మశివోమే అస్తుసదాశివోమ్."

విశ్వ రూప కల్పంలో బ్రహ్మ సృష్టి కారక పురుషుణ్ణి పొందుటకై శివుని గూర్చి ధ్యానం చేయుచుండగా ఒక మహానాదం ఉద్భవించెను. ఆనాదం నుంచి శుద్ధస్పటిక వర్ణం గల సర్వాభరణ

శివదృష్టి

భూషితుడైన మహాపురుషుడు ప్రత్యక్ష మాయెను ఆయనయే ఈశానుడు. ఈశానుడు, బ్రహ్మకు సృష్టి క్రమాన్ని అనుగ్రహించెను.

ఈశాన బ్రహ్మ ప్రార్థన.

సర్వ జ్ఞాన విజ్ఞానములకు అధిపతియు, సృష్టించబడిన జీవులన్నింటిని శాసించి నిర్దేశించువాడును. వేదాధిపతియు, సర్వ విద్యాధిపతియు, హిరణ్యగర్భుడును, ఓంకార రూపుడును, సర్వ జీవులలో తానై విరాజిల్లు పరిపూర్ణ జ్ఞాన స్వరూపుడును అగు సదాశివుని మదిలో ధ్యానించి, పూజించి, నమస్కరించుచున్నాను.

11. పంచాక్షరి – వివిధ నామములు

పంచాక్షరికి వివిధ నామములు గలవు అవి:

(1) మూల విద్య, (2) శివము, (3) సూత్రము, (4) పంచాక్షరి.

మూల విద్యా, శివంచైవ, సూత్రం, పంచాక్షర స్తథా

నామాన్యస్య విజానీయాత్, శైవం తద్ధృదయం మతం.

అష్టవిధ పంచాక్షరి

పంచాక్షరి మహామంత్రము అష్టవిధములని కూడ చెప్పబడును అవి.

1) స్థూల పంచాక్షరి,
2) సూక్ష్మ పంచాక్షరి,
3) మూల పంచాక్షరి
4) శక్తి పంచాక్షరి
5) అఘోర పంచాక్షరి
6) ప్రణవ పంచాక్షరి
7) నియత పంచాక్షరి
8) ప్రసాద పంచాక్షరి

పంచాక్షరి యందు సర్వములయ మగును

"పంచాక్షరే స్థితా, వేదాశ్చ, శాస్త్రాణి " అన్న ప్రమాణ వాక్యం వల్ల నాల్గు వేదములు పంచాక్షరి యందే లయ మగుచున్నవి. అందువలననే వేదములు నిత్యములు, స్వయం భువములు కాదు. ప్రపంచ మంతయు శివుని కృప వల్ల కల్పించబడినది. జగత్తుకు ఆధారము శివుడొక్కడే.

"జనితా పృథివ్యా, జనితాగ్నేర్జనితా సూర్యస్య, జనితేంద్రస్య,

జనితాదివిష్ణో, పితా దేవతా స్రష్టా, దేవశ్చ పశవ సృష్టా"

మున్నగు ప్రమాణ వాక్యముల వల్ల, భూమిని, అగ్నిని, సూర్యుని, ఇంద్రుని, విష్ణువుని, సమస్త దేవతలను శివుడే సృష్టించెననియు, "లింగమధ్యే జగత్సర్వం, లింగ బాహ్యేత్ పరం నాస్తి" యని లింగమారాధింపబడుచున్నది.

వీరశైవుల పంచాక్షరీ మంత్రము

సృష్ట్యాదిని శివపరమాత్మ యొక్క పంచముఖముల నుండి రేవణారాధ్య, మరళారాధ్య, ఏకోరామారాధ్య, పండితారాధ్య, విశ్వారాధ్యులనెడి జగద్గురు పంచాచార్యులు ఉద్భవించిరి. వారు నాలుగు యుగములలోను వివిధ నామములతో ప్రసిద్ధులు. శివాజ్ఞానుసారము పంచభూతతత్త్వములకు ఆధారముగా, వాటికి రక్షకులుగా వేద సమ్మతమైన వీరశైవ మతమును స్థాపించిరి. ఆ నాటి నుండి ఆ మత తత్త్వమును జగద్విఖ్యాతముగా విపుల ప్రచారముగావించుచున్నారు. వారు స్థాపించిన వీరశైవ విశ్వమత జగద్విఖ్యాత పీఠములు, మత ప్రచారముకే గాకుండా సంఘ సేవా కార్యక్రమములకు ఆలవాలమై బహుళ ప్రజాదరణకు పాత్రములై నైతిక సన్మార్గాచరణకు నిలయములై యొప్పుచున్నవి.

భారతదేశ మతములందు తపోధ్యానములకు సాధనమైనది మంత్రము. మంత్రము కర్మప్రధానముగాక పోయినను మంత్రము జపిస్తూ కర్మారాధన గావించుచున్నారు. ఇది జ్ఞానప్రదము. ప్రతి మతమునకు ప్రధాన మంత్రము మాత్రము ఒకటి తప్పక ఉంటుంది. శైవ, వీరశైవ మతములందు ఓం నమఃశివాయ మంత్రమునకు అత్యున్నత స్థానమొసగ బడును. అది శివ మంత్రము. శివునకు అత్యంత ప్రీతిపాత్రమై సంసార బంధముల ద్రుంచి సంపూర్ణ శివజ్ఞాన ప్రదాతయై అమృతత్త్వ మొసంగును. ఇది స్వయముగా పరమేశ్వరుని ముఖసంజనితము, పంచ ముఖోద్భవులచే నిర్దేశితమైన దగుటచే మిక్కిలి ప్రాచుర్యమైనదేగాక, మహత్తర శక్తి సమన్వితమైనది.

ఈ పంచాక్షరీ మంత్రము అన్ని వీరశైవ జగదారాధ్య పంచపీఠములకు ఒకే విధమైన అక్షర సంఖ్యతో నిర్దేశితము గాలేదు. ఒక్కొక్క ఆచార్య పీఠమునకు ఒక్కొక్క పంచభూత తత్త్వ ప్రచార నిర్దేశితమైనదగుటచే అందలి మంత్ర బీజాక్షరాలు కూడా పంచవిధ బీజాక్షరాలచే నిబద్ధింప బడియున్నవి. అయితే జగదారాధ్య పీఠములు వేరైనను అన్నింటి మూలతత్త్వ ప్రాణమగు శివపరమాత్మ ఒక్కటగుటచే అన్నింటి మూలమంత్రమగు పంచాక్షరి ఒక్కటిగానే యున్నది.

ఆ మహాదేవుని పంచాక్షరి, ప్రవృత్తి, నివృత్తి కర్మ మార్గములకు నెలవై, శబ్దబ్రహ్మమై, పరావిద్యయై, జీవాత్మలకు స్థితియు, గతియు తానై, నాటి నుండి నేటి దాకా ఆరాధకులందరిని తరింపజేయుచున్నది. పంచారాధ్య పీఠములకు నిర్దేశిత మంత్రమును పరిశీలించిన సత్యము బోధపడగలదు.

ఆచార్య పీఠము – పంచాక్షరి నామము – బీజాక్షరాలు – అక్షర సంఖ్య

1) కొల్లిపాక – ప్రసాద పంచాక్షరి – ఓం హ్రాం, హ్రీం, హ్రూం, హ్రైం, హౌం నమఃశివాయ – దశాక్షర సమన్వితం

2) ఉజ్జయిని – మాయాపంచాక్షరి – ఓం హ్రాం హ్రీం హ్రూం, హ్రైం నమఃశివాయ – నవాక్షర సమన్వితం

3) కేదారం – సూక్ష్మపంచాక్షరి – ఓం హ్రాం హ్రీం హ్రూం నమఃశివాయ – అష్టాక్షర సమన్వితం

4) శ్రీశైలం – స్థూలపంచాక్షరి – ఓం హ్రాం హ్రీం నమఃశివాయ – సప్తాక్షర సమన్వితం

5) కాశీ – మూల పంచాక్షరి – ఓం నమఃశివాయ షడక్షర సమన్వితం

భక్తుల భక్తి శరీర ప్రకృతిని బట్టి ఆచార్యులు, గురువులు వారి వారికి తగిన విధముగా మంత్రోపదేశం చేయవలయునని కొందరు వచింతురు.

ప్రసాద పంచాక్షరి నుండి మూల పంచాక్షరి వరకు గల బీజాక్షర సంఖ్యను గమనించిన ఒక్కొక్కటేసి బీజాక్షర గుణము తగ్గుచుండును.

కులమతములను రూపుమాపి ప్రపంచమానవులందరికీ ఒకే మత స్థాపనోద్దేశ్య విశిష్టతను బట్టి వసుధైక కుటుంబ మహదాశయములగు ఆచార్య పీఠముల ప్రధాన గుణములగు, పంచ గుణతత్త్వములు వీరశైవ మందు అంతర్లీనమైయున్నవి. భూమి పంచ గుణ ప్రధానము. ఈ విషయము ముందు ముందు చర్చించబడును. కాశీ పీఠమునకు గల పంచాక్షరిని గమనించిన పై పీఠముల పంచాక్షరీ బీజాక్షముల కంటే వరుసగా ఒక్కొక్కటేసి తగ్గి ఓం హ్రాం నమః శివాయ అని ఉండాలని తలంచుట సబబు కాదు. కాశీపీఠం పూర్ణ జ్ఞాన పీఠము. ఓం నమఃశివాయ అని మూల పంచాక్షరీ యుక్తముగ ఉండుట సరియైనది. సుప్రభోదాగమం – పంచమ ప్రకరణం – 40 శ్లోకము నందు ఇట్లున్నది.

మూలం షడక్షరే మంత్రః షడక్షర సమన్వితః
ఓం నమశ్శివాయేతి మంత్ర మాతా షడక్షరీ
యేతాదృశ మహామంత్రస్యోపదేశం ప్రశస్యతే

ఈ పంచాక్షర మహామంత్రమునందలి పంచాక్షరముల వలన భూమి, జలము, అగ్ని, వాయువు, ఆకాశమనెడి, పంచ మహాభూతములను; రూపము, రసము, గంధము, స్పర్శ, శబ్దములనెడి పంచ తన్మాత్రలును; ఘ్రాణము, జిహ్వ, చక్షువు, త్వక్కు, శ్రోత్రము లనెడి పంచజ్ఞానేంద్రియములను; సద్యోజాత, వామదేవ, అఘోర, తత్పురుష, ఈశానులనెడి, పంచబ్రహ్మలును (వీరిని బ్రహ్మ, విష్ణు, రుద్ర, ఈశాన, సదాశివులని కొందరు చెప్పెదరు); సృష్టి, స్థితి, లయము, తిరోధానము, అనుగ్రహము లనెడి పంచకృత్యములును; పంచ సంఖ్యచే ప్రతిపాదింపబడు సర్వ వస్తువులు ఈ మంత్రమునందలి పంచాక్షరమయమే.

పంచభూతాని సర్వాణి పంచతన్మాత్రకాని చ
జ్ఞానేంద్రియాణి పంచాపి పంచ కర్మేంద్రియాణి చ
పంచబ్రహ్మాణి పంచాది కృత్యాని సహకారణైః
బోధ్యాని పంచభిర్వర్ణైః పంచాక్షర మహామనోః

పంచధా, పంచ ధా యాని ప్రసిద్ధాని విశేషతః
సర్వాణి వస్తూని పంచాక్షర మయాని హి (సి.శి. 8-14, 15, 16)

శివపూజా నియమ నిష్ఠుడైన, పవిత్రుడైన, శివస్వరూపుడైన వీరశైవుడు ప్రతినిత్యము షడక్షరీ మంత్రముతోనే శివలింగమును పూజింపవలెను.

అనేన మంత్రేణ శివలింగం ప్రపూజయేత్
నిత్యం నియమ సంపన్నః ప్రయతాత్మా శివాత్మకః (సి.శి. 8-34)

ఈ విషయమై విస్తారజ్ఞానాసక్తిగలవారు, మహాజ్ఞానులు పూజ్యులగు పీఠాధిపతులచే మంత్ర శాస్త్రాధ్యయన పండితులచే విపులముగా తెలుసుకోదగిన అంశము తెలియబడగలరు.

12. పంచాక్షరి మాహాత్మ్యము

నిరంతరం పంచాక్షరిని జపించువారు సాక్షాత్ భూమిని రథముగా గలిగి త్రిపురాసురులను సంహరించిన శివునంతటి వారగుదురు.

"సతత పంచాక్షరీ మంత్ర జప విధాన

వేది యరయ సాక్షాత్పృథివీ రథుండు

గాని కేవలుడగు జనుడనగ వలదు" (చెన్న బసవ పురాణము)

పంచాక్షరీ మంత్రము జపిస్తూ శివుని బిల్వ పత్రములు పూజించిన వారు శివలోకమున వినోదించగలరు. స్మరించిన మాత్రమున సకల సంపదలు సమకూరును శివుని మంత్రమగు నమః శివాయ మనయింటి కామధేనువు, కల్పవృక్షము, చింతామణి వంటిది. మరిచియు జ్ఞాపక మొచ్చినప్పుడు ఒక్కసారి పల్కిన చాలు బ్రహ్మ హత్యాపాతకములు నశించును. నిత్యము జపమును గూర్చి చెప్పుట బ్రహ్మకు కూడా సాధ్యముగాదు.

1) "పంచాక్షర మంత్రంబున బంచాననను శివుని బిల్వ పత్రంబుల

నర్చించిన యానరుడు వినోదించున్ శివలోకమున నతి స్థిరమహిమన్".

(శైవాచార సంగ్రహము)

2) పంచాక్షరి సురధేనువు, పంచాక్షరి కల్పకంబు పరికింపంగా

బంచాక్షరి చింతామణి, పంచాక్షరి బోల జగతి ఫలదము గలదే.

3.మఱచియును నొకమాఱు నమశ్శివాయ

యనిన మాత్రాన బ్రహ్మ హత్యాది పాత

కావళుల ద్రుంగు ననిన నిత్యంబు సలుపు

జపఫలం బెన్న నలువకు శక్యమగునె. (చెన్నబసవ పురాణము)

నమఃశివాయ మంత్ర ప్రభావము ఇంతటిదని చెప్పుటకు వీలుకాదు. ఇది అమోఘమైన దివ్యామృతజ్ఞాన ఫలం. దీనిని జపించిన శివుడు సంప్రీతుడై జపగృహము చుట్టును ప్రదక్షిణ చేసి ఆనందతాండవ కేళియాడి రాసిబోసిన పుణ్యముల పంట లందించును.

శివదృష్టి

నమఃశివాయ అంటే చాలు పరలోక స్వర్గదామము జీవుని భూతల యాత్రాగమనానంతరము అతని రాకకై నిండు వాకిండ్లు తెరచుకొని కన్నులు కాయలుగాచునట్లు అనిమిష దృక్కులతో ఏమరుపాటులేక సఖ్యతకై ఎదురుతెన్నులు చూచును. మనసారా నమఃశివాయ అంటే చాలు కంఠము మార్దవమై మధురమంజుల వాక్చాతుర్యము లబ్బును.

నరకలోకమున నమఃశివాయ అంటే చాలు కమరిన పాపపు వాసనలు దూరమై పునీత సుగంధ పరిమళాల గుబాలింపులు తనూమనములు రెండింట నిండి ఆత్మజ్యోతి నిత్యనూతనమై తేజమున రాజిల్లును.

నిరంతరం నమః శివాయ అని పల్కిన చాలు లక్ష్మి తానుగా సర్వ సంపత్కరమై ధనధాన్యాది అష్టైశ్వర్యాలను రాశిబోసి చేదోడగు తన పతిని ముంగిట పుపెట్టును. పాపాలను పారద్రోలేది, ప్రమాదాల నుండి రక్షించేది అష్టకష్టాల బంధాలను తెగదుంచి దుఃఖార్ణవాన్ని తరింపజేసి సుఖానందము నందించే దివ్య కల్పతరువగు ఔషధరాజము నమః శివాయ.

భయంకర కీకారణ్యం వలె పాపపు చీకట్లనెడి అరిషడ్వర్గాల వ్యామోహాలు కంటక తరులతా గుల్మములతో దారి గానరాక సద్గమము, అల్లిబిల్లిగా అల్లుకు పోయినపుడు కోమలమై కనపడు దీపకలిక యగు నమఃశివాయ దాని పాలిట ప్రళయ శిఖాజ్వాలాదీప్తి యైనట్లు దుర్గమము సుగమముగా అమృతత్వ కైలాస సుఖావాప్తి నందించును.

ఎన్నేళ్ళ తపః ఫలితంగానో అణిమా, లఘిమా, మహిమా, గరిమా, ప్రాకామ్యాది అష్టసిద్ధులు లభిస్తాయి. శివునిపై భక్తి ప్రపత్తులతో నమఃశివాయ అంటూ మనస్సును లగ్నం చేసిన అతీంద్రియ శక్తులు అవనికి దిగి పరిపుష్టమై ఆత్మనంటి ఆనందబ్రహ్మమై అమరత్వమునందించును. ఎన్నెన్ని ప్రదేశాలకో తీర్థయాత్రలు చేసి పునీత క్షేత్ర గంగా జలధారల మునిగినను దాన, ధర్మాది పుణ్యకార్యములు మిక్కుటముగా చేసినను లభించని కోటిపుణ్య తీర్థయాత్రా ఫలముకంటె నమఃశివాయ మంత్రోచ్చారణము పుణ్యప్రదము.

నమః శివాయ అంటూ వెలిగించిన ఆలయ దీపమును గాంచినను, ప్రవహించే అభిషేకజలమును తాకినను శుభములు నీవెంట ముడివేసికొన్నట్లు అంటి యుండగలవు. శివార్పణ గావించిన శివ నైర్మల్యము (శివునికి అర్పించిన పువ్వులు, వివిధ పదార్థములు) ఏదియైనను పాదములతొక్కిడికి గురికారాదు. అగ్ని తెలిసి తాకినా తెలియక తాకినా కాల్చునుకదా. సంచార ప్రదేశములందు వాటిని పారవేసిన వారును తప్పిదమునకు గురియగుదురు. పుష్పదంతుడు శివార్పణ గావింప బడిన వాడిన పూలు తెలియక త్రొక్కినందుకు నాకము నుండి భ్రష్టుడాయెను.

సంఘములో బాగా తెలిసిన వారు మాత్రమే యోగక్షేమములు విచారించి అవసర సమయంలో ఆదుకోవడానికి చేదోడువాదోడుగా దగ్గరకు చేరుదురు.

చొప్ప వీరభద్రప్ప

నమఃశివాయ శబ్దస్మరణ మట్టిది కాదు. తెలిసియో, తెలియకుండానో మనస్సుంచి ఉచ్చరించిన చాలు శివుడు అండగా నిలిచి తనకు తానుగా రక్షణ బాధ్యత వహిస్తాడు. కంటికి కనబడేది మాత్రమే సత్యమని నమ్ముట వెఱ్ఱితనము. రేడియో తరంగాలు గాని, టి.వి. తరంగాలు గాని మన చుట్టూ అలముకొనియున్నను మనము వాటిని చూడలేము. దానికి ప్రత్యేక సాధనాలు కావాలి. తరంగాలు కనబడలేదు, వినబడలేదు గదా అని వాటిని నమ్మకుండుట అవివేకము. శివశక్తియు అట్టిదే.

ఇతర దేవతల వలె శివునకు కానుకలక్కరలేదు. మనస్ఫూర్తిగా అర్పించిన, వాడిపోయినట్టి బిల్వపత్రియైన చివరకు ఉమ్మెత్తు, గోగు, అశె, గుంటగలగర, గోరింట, జమ్మి, దత్తూరి, జిల్లేడు, ఆవాల పూలైనను ఇదియదియనక పువ్వులన్నియు శివునకు పూజార్హములే. మరియు ప్రీతిదములగును. (శైవాచార సంగ్రహము – ద్వితీయాశ్వాసము)

పశుపతికి నొక్కపూ వస
దృశ మతి నర్పించిరేని త్రిభువనములు ద
ద్వశముగ జేర్ప సులభమౌ
విశేష ఫల మింతకంటె వేఱెద్దిధరన్.

యజ్ఞకోటి సహస్రంబు లధిక నిష్ఠ
నరుడు చిరకాల మధిక యత్నమునజేయ
నేఫలంబది లింగ దత్తైక పుష్ప
ఫలము వెయ్యగు పాలిటి బాటిగాదు.

ఇలలో నగ్నిష్టోమం
బులు వేయును వాజపేయములు నూరు సమం
బులుగావు లింగపూజా
ఫలమున నొకపువ్వు కోటి భాగంబునకున్. (శై.సం. 2.6 –13)

పశుపతికి ఒక్కపువ్వు సమర్పించిన మూడు లోకములు వశమగును. కోటి యజ్ఞములకంటె, నూరు అశ్వమేధ యాగముల కంటె, లింగార్పిత పుష్పము ఒక్కటి చాలు. కోటిగోవులను బ్రాహ్మణులకు దానము చేసినట్టి ఫలము కంటె నమఃశివాయ అంటూ లింగార్పితమైన ఒక పుష్పమునకు సాటిరావని లింగపురాణము చెప్పుచున్నది.

పంచాక్షరీ సముచ్చార్య పుష్పం లింగే వినిక్షిపేత్
యస్తస్య వాజపేయానాం సహస్ర ఫలమిష్యతే (సి.శి. 8–42)

శివదృష్టి

ఎవరు పంచాక్షరీ మహామంత్రము నుచ్చరించుచూ శివలింగమందు పుష్పము సమర్పించుదురో అట్టి వారికి వేయి వాజిపేయ (అశ్వమేధ) మహా యాగములు చేసినంతటి పుణ్యఫలము గల్గునని చెప్పెదరు.

నమః శివాయ అంటూ లింగార్పితమైన ఒక్కనీటి బొట్టునకు కూడా శివుడు మహదానందపడి ఆత్మలింగాన్నే కాదు తనకు తానుగా ముంగిట నిల్చి సేవకుడై సేవలందించును. వెలకట్టలేని ఆభరణములు ఎన్నో సమర్పించిననే ఇతర దేవతలు ప్రీతిచెందరు. శివార్పణమంటూ నమః శివాయ మంత్రమున వదలిన బూడిదను కూడా శివుడు ప్రీతితో గ్రహించి శరీరము నిండా తాను పూసుకొని భూరి సంపదలు ప్రసాదించును.

భక్తితో శివుని దరిచేరిన ఎల్లవారికి ఆపదలు దరిచేరనీక అండగా నిలిచి అభేద్య వజ్రకవచమై హృదయశోకమును నివారించి మనశ్శాంతిని దాంతిని చేకూర్చి సంతోషమును, ఆనందములను ప్రసాదించి తేజస్సుతో పునీతులను చేయు అమృత రసఝరి, ఆనంద తరంగ రసధుని నమః శివాయ.

ఎన్నో జన్మజన్మలుగా వెంటనంటి వచ్చు పాశబంధములను పాపపు కారువీడ వంటి నల్లని ఏనుగుల పాలిట సింహగర్జనము నమఃశివాయ.

మానవాళి దుఃఖార్తిని కడిగివేయు నిర్మల స్వచ్ఛ ఆకాశగంగా స్రవంతి నమఃశివాయ. పలుకుల తల్లి సరస్వతి నిరంతరం తన వీణె తంతులపై నమశ్శివాయ మంత్రసుమములు పూయించుచున్నందుననే శివుని అంతఃశక్తి వలన తాను సర్వ విద్యాధి దేవతగా పూజలందుకొనుచున్నది. "ఈశాన స్సర్వ విద్యానామ్." (శ్రుతి)

పంచస్థితుల కారకమైన పంచానన ప్రసాద పరమార్థ సాధకమంత్రమగు నమఃశివాయ శబ్ద బ్రహ్మమును గుర్తెరిగి లోకము తరించుగాక.

పారలౌకిక. ప్రధాన భాషణము నమశ్శివాయ

భూరి పుణ్య హేతు భూత భూషణము నమశ్శివాయ

నరక లోకవాసికైన నాకదము నమశ్శివాయ

దురిత వితతి దూరు పారద్రోలెడి నమశ్శివాయ

ఘన ఘనా ఘన చండ విపిన ఖండనము నమశ్శివాయ

తపః ఫల ప్రధాన కల్పతరువనము నమశ్శివాయ

దురిత హరుడు దొడవుగా దొడిగెడిది నమశ్శివాయ

చేరి శివుని గొలుచు వారి చింతనము నమశ్శివాయ

....

చొప్ప వీరభద్రప్ప

భజన ధన్య సుజన వజ్రపంజరము నమశ్శివాయ
భక్తిలోకహృదయ శోక భక్షణము నమశ్శివాయ
మునులు ఘనులు మించి తలచి మ్రొక్కెడిది నమశ్శివాయ
కలుష గజనికాయ సింహగర్జన నమశ్శివాయ. (రంగన నమః శివాయ రగడ)

నమశ్శివాయ ప్రార్థన

మహిత సుగుణైక రూప! నమశ్శివాయ!
మధుర హాసస్వరూప! నమశ్శివాయ!
మాధవార్చిత పాద నమశ్శివాయ!
మన్మధాంతక దేవ! నమశ్శివాయ! (శివశ్రీ)

పంచాక్షరి వలన కైవల్య సిద్ధి

పంచాక్షరి దృఢమైన జ్ఞాన శక్తితో ఆచరించదగు మంత్రరాజము. ఇది నిగమములలో చెప్పబడిన దివ్యమంత్ర మని, సమస్త దేవతలు అభిమానముతో జపతపాది కార్యములలో ఆదరించి తరించుచున్నారు. పతితులను చండాలురను, పాప చరితులను, వారు వీరని చెప్ప పనిలేదు. సమస్త జనులను వారి వారి భక్తి శ్రద్ధలను బట్టి ఉద్ధరించి కైవల్యము సిద్ధింప చేయదగు మహా విద్యయనదగు, రాజ మంత్రము, సద్గురు పరంపరాగతముగా ఉపదేశ, మంత్ర దీక్షను, పొందిన, అది సర్వాభిమతము లీడేర్చి మానవునికి సద్గతినిచ్చి కైలాస సుఖావాసము నివ్వగలదని వాయవ్య సంహిత పేర్కొనెను.

కైలాసమనగా బ్రహ్మానందము లభించు చోటని, సహస్రారమనియు అర్థము. కేళియనగా ఆనందము దాని సమాహారము కైలాసము. ఇట్టి స్థితి జపం వల్ల మాత్రమే సాధ్యమగును.

"హర దృఢ జ్ఞాన శక్త్యాత్మకంబని యెద్ది
నరుడుచ్చరించి తన్మయత గాంచు
నిగమోక్తమని యెద్ది నిఖిల దేవర్షులు
నంచిత గతి నాదరించి నారు
మనన సంత్రాణ ధర్మమున మంత్రములలో
నధికాధికంబేది యరసి చూడ
నేమంత్రమున యందు నెల్ల మంత్రంబులు
పొరిపొరి నణగుచు బుట్టుచుండు
నెఱిగి పఠియింప నధికారు లెల్లవారు

బతిత చండాల దుర్వృత్తి పాపయుతులు
నభవు లోకంబు గాంతు రెయ్యది జపించి
యా మహా విద్య యొప్ప బంచాక్షరంబు" (శైవాచారసంగ్రహం 2 – 130)

"అట్టి పంచాక్షరంబు సద్గురు పరంపరాగతమైన నభిమత ప్రదంబని
వాయవ్య సంహిత బలుకు....

ఈ పంచాక్షర మంత్ర సాధనచే జీవుడు: 1) జాగ్రదావస్థ, 2) స్వప్నావస్థ 3) సుషుప్తావస్థలను దాటి శివాద్వైతము నందును. అప్పుడే జీవుడు జ్ఞాన సిద్ధి. ఘటికాసిద్ధి మొదలగు సిద్ధులను పొందును. ఈ సిద్ధస్థితి ఎంత ఉన్నతమో అంత పతనావస్థ వరకు తీసికొని పోగలదు. ఈ స్థితిలో ధనం, కీర్తి, వ్యామోహాదుల వైపు లొంగిపోక స్థిర ప్రజ్ఞతో, శివలింగ, జంగమలింగ, ప్రాసాద లింగ, మహాలింగములను భక్తితో పూజించి తరించాలి. ఒక్క నిమిషము కూడా ఏమరుపాటు లేక నిత్య సత్యవ్రతుడై, భృత్యుడై దాసుడై, మనస్సును, ధ్యాన, సమాధి యందు నిల్పవలెను. దీపము వెలుగుటకు కారణమైన నూనె ప్రమిద నుండి వత్తి ద్వారా క్షణమేని నిలువక ఎడతెగిపి లేక నిరంతరాయంగా, ఎట్లు ప్రవహిస్తుందో ఆ విధంగా భక్తితో సన్నగిల్లని విశ్వాసంతో శివపంచాక్షరి జపించ వలెను.

"పంచాక్షరి భవ హరమగు
పంచాక్షరి మంత్ర రాజ పరిపూర్ణంబౌ
పంచాక్షరిచ్చు మోక్షము
పంచాక్షరి పంచముఖము పరికింప శివా!"

పంచముఖుడగు శివునిచే యుపదేశించబడి నమశ్శివాయ అను ఐదు అక్షరాలు లోక సంబంధములగు సర్వ దుఃఖాలను హరించి వేసి జీవితము నానందప్రదము చేయును. శివుని హరుడందురు. హరుడు సర్వ పాపములను హరించి జీవులను పరిశుద్ధము, పరిపూర్ణము చేయును.

13.పంచాక్షరాలు అమోఘమైనవి

పంచాక్షరాలు అమోఘమైనవి. వాటి మహాత్మ్యము తెలిసికొన్న అందే ముక్తి యున్నదని చెప్పవచ్చును. ఆ ఐదక్షరాలలో పరబ్రహ్మయగు శివుడు స్థిరమై యున్నాడని మహాయోగి వేమన వచించెను.

ఐదు యక్షరముల యంగంబు దెలిసిన
నైదు యందు ముక్తియమరి యుండు
నైదులోన నున్న యతడెపో తెలియంగ
విశ్వదాభిరామ వినుర వేమ.

ఇంటిపైకప్పునకు నెట్టెలు, చిల్లులు పడిన వర్షానికి ఇల్లు కారును. అలాగే భౌతిక శరీరమునకు పైకప్పు వంటిది మనస్సు. వ్యక్తి మంచివాడు కావాలన్న చెడ్డవాడు కావాలన్న అతనికి మనస్సే కారణము. అట్టి మనస్సు చంచలమైనది. దానికి రాగద్వేషములనేవి, ఇంటి పగుళ్ళు రంధ్రాల వంటివి. మనస్సు వాటికి లోనైనప్పుడు దుర్గుణాలన్ని అందులో చోటుచేసుకొనును. అట్టి చంచల మనస్సనెడి పొరకు వజ్రకవచము లాంటిది పంచాక్షరి.

పంచాక్షరిలోని ప్రతి బీజాక్షరము పంచభూతాత్మకమైన ప్రకృతి తత్త్వరాజము. వీటిని బాగా తెలుసుకొన్న వాడు సర్వజ్ఞుడగును. అతడు ప్రపంచమంతా సంచరించుచున్నను ఎట్టి మాయామోసాలకు లోనుగాక ఎప్పుడును జాగరూకుడై వుండును.

పంచాక్షరి బీజంబుల
నంచితముగ నెరుగునాతడు దఖిలజ్ఞుండై
వంచనమెరుగక కువలయ
సంచారముచేయునతడు శంభుడు వేమ

పంచాక్షరి అమోఘమైన శక్తిసంపన్నము దానిని తరచి తరచి, అందలి సత్యజ్ఞానాన్ని తెలిసి తరించవలయును.

నమశ్శివాయ ఇందు ఐదు బీజాక్షరాలు కలవు. ఇది పంచభూత తత్త్వానికి ప్రతీక.

1) నకారము పృథ్వీతత్వము దీనిలో శబ్ద, స్పర్శ, రూప, రస, గంధములను ఐదుగుణములుండును.

2) మకారము జలతత్వము దీనిలో శబ్ద, స్పర్శ, రూప, రసములను నాలుగు గుణములుండును. పృథ్వీతత్త్వము కంటె ఇందు ఒక గుణము తక్కువై వుండును.

3) శికారము అగ్ని తత్వము దీనిలో శబ్ద, స్పర్శ రూపములను మూడు గుణములుండును. జలము కంటె ఒక్క గుణము తక్కువగా వుండును.

4) వకారము వాయుతత్వము ఇందు శబ్ద, స్పర్శలను రెండు గుణములుండును. అగ్నికంటె ఇందు ఒక గుణము తక్కువై వుండును.

5) యకారము ఆకాశ తత్త్వము ఇందు శబ్దగుణమొక్కటే వుండును. అగ్ని కంటె ఒక్కగుణము తక్కువ. ఆకాశతత్త్వము నుండి భూమి తత్త్వము వైపు వెళ్ళిన ఒక్కొక్క గుణము హెచ్చగుచుండును. ఇవి ఒకదాని కంటె మరియొకటి సూక్ష్మమైనవి. ఈ సృష్టి పరిణామములో సూక్ష్మమైన ద్రవ్యము నుండి స్థూలద్రవ్యమేర్పడును. ఆకాశము అన్నిటికంటె సూక్ష్మమైనది. దానికి ఒక్కగుణమే కలదు.

శబ్దము నుండి వాయువు, వాయువు నుండి అగ్ని, అగ్ని నుండి జలము, జలము నుండి భూమి సృష్టించబడెను. ఇవన్నియు ఒకదాని నుండి మరియొకటి ఉద్భవించెను. వీటన్నింటికి గుణములున్నవి. అయితే గుణములున్నవన్నియు అశాశ్వితమైనవి. పుట్టుకలేని భూతమునకు జననము లేదు. జననము లేనిదానికి గుణములుండవు. గుణములు లేనిది ఒక బ్రహ్మపదార్థమే. అది నిర్గుణమైనది, శాశ్వతమైనది, సత్యమైనది, అమరమైనది.

అన్నింటికంటె సూక్ష్మమైనది ఆకాశము దానికి ఒక్కగుణమున్నదని చెప్పుకొన్నాము. దానికంటే సూక్ష్మమైనది వేరొకటి వుండాలి అదే ఆదిభూతము. దానికి గుణములు ఏవైనా కొన్ని వుండాలి లేదా గుణములు లేకుండానైనా వుండాలి. అనగా శూన్యమైనా కావాలి. 'ఆకాశం, గగనం శూన్యమంటారు'. ఆకాశం తర్వాత గగనం. తరువాత శూన్యం. ఈ శూన్యమునకు గుణములు లేవు. ఇది అన్నింటికి మాతృస్థానం.

ఆకాశానికంటె తక్కువ గుణములు కలది ఏదై ఉండును? అదే శూన్యం లేదా ఆది భూతము అనగా ఆకాశమునకు గల ఒక గుణములో ఒక గుణమును తీసివేసిన 1 - 1 = 0 శూన్యం. చిట్టచివరి భూతానికి పేరుపెట్టలేము కారణం దానికి గుణములేవి లేవు. అది నిర్గుణము. పూర్ణమైనది. ఈ పూర్ణమే సర్వసృష్టికి కారణమైనది. అందుండే సృష్టి ప్రారంభించబడుచున్నది. అది రూపరహితము, నామరహితము. దీనినే పూర్ణమందురు.

ఓం పూర్ణమదః పూర్ణమిదం పూర్ణాత్ పూర్ణ ముదచ్యతే

పూర్ణస్య పూర్ణమాదాయ పూర్ణమేవావ శిష్యతే (ఈశోపనిషత్)

పూర్ణమైన సర్వమునకు సంపూర్ణుడైన వాడు పరబ్రహ్మం. అతడు సంపూర్ణుడగుట చేత అతని నుండి ఉద్భవించిన ఈ దృశ్యమాన ప్రపంచమంతయు పర్వసంపూర్ణమే అగును. సున్న నుండి సున్న

తీసివేసిన సున్నయే వచ్చును. సంపూర్ణం నుండి సృష్టించబడినది ఏదైనా తనకు తాను సంపూర్ణమై ఉంటుంది. అందువలన అతడు సంపూర్ణుడగుటచేత అతని నుండి అనేక సంపూర్ణాంశములు ఎన్ని ఉద్భవించినను అతడు సర్వసంపూర్ణుడుగానే ఉంటాడు. సంపూర్ణుడైన ఆ దేవదేవుని నుండి ఉద్భవించిన జీవులన్నియు సంపూర్ణులగును. అయితే ఆ సంపూర్ణ తత్త్వాన్ని పాక్షాత్కరించుకోవడానికి జీవునికి అన్ని సౌకర్యములు కల్పించబడియున్నవి. ఈ జీవుడు జనన మరణ చక్రములో బడి 84 లక్షల జీవరాసులు రూపాంతరాలు పొంది చివరికి సంపూర్ణపరిణామముగల మానవుడుగా జన్మించాడు. అందువలననే మానవజన్మ దుర్లభమందురు, "జన్తూనాం నరజన్మ దుర్లభమ్" (వివేక చూడామణి) అతడు ఇంద్రియాలకు లోనై మాయామోహాలలో పడుట వలన తిరిగి జీవన్మరణ చక్రములోనికి యథాక్రమముగా నెట్టివేయబడును.

సంపూర్ణమైన జీవుడు భగవంతుని సర్వసంపూర్ణ తత్త్వాన్ని తెలిసి కొనుటకు ఆ పరిపూర్ణతత్త్వానికి సేవచేయడం వల్లనే సాధ్యమగును. అప్పుడే మనము పరిపూర్ణతను సాధించబడిన వారమగుదుము. మనము పనిచేసికోవడానికి ఉపయోగించే "చెయ్యి" సంపూర్ణ శరీరంతో కూడియున్నప్పుడు మాత్రమే అది సంపూర్ణమై ఉంటుంది. శరీరం నుండి ప్రక్కకు తీసివేసిన 'చేతికి' సంబంధించిన శక్తులేవియు దానికి వుండవు. జీవునికి గల సంపూర్ణత్వం శివపరమాత్మ యొక్క అంశీభూతము కావున పరమాత్మలో సంబంధించినంతవరకు మాత్రమే వుండును.

సృష్టి అంతయు భగవంతుని సంపూర్ణతత్త్వమే. ఆయన సృష్టి సేవయే సంపూర్ణసేవ. ఆ సంపూర్ణతత్త్వమే బిందుతత్త్వము. సమస్తము దాని నుండి ప్రభవించి అందులో సంలీనమగును. పంచబీజ తత్త్వమగు లింగతత్త్వమిదియే. దాని పూర్ణస్వరూపము తెలుసుకొన్నవారు సంపూర్ణులగుదురు.

విశ్వమంతా ఒకే కుటుంబం. పూర్ణకుంభంలోని జలబిందువులన్ని కడవలోని నీటికంటె వేరుకానట్లు జీవులన్ని ఒకే కుటుంబ సభ్యులే. కుటుంబమును ప్రేమించి సేవించిన భగవంతుని యొక్క సృష్టిని ప్రేమించిన వారమగుదుము. పరిపూర్ణ శైవతత్త్వమిదియే. "నాకంటె పిన్నలు లేరు? శివభక్తుని కంటె పెద్దలు లేరని బసవేశ్వరుడన్నాడు." అంటే ఇక్కడ పిన్నలు ఎవరు? పెద్దలు ఎవరు? అందరూ పరబ్రహ్మయగు శివ తేజోస్వరూపములై నప్పుడు ఇచట జీవ దర్శనమే శివదర్శనమ శివదర్శనమే ఆత్మదర్శనము. ఆత్మదర్శనమే బిందు దర్శనం. బిందుదర్శన శూన్యదర్శనం. శూన్యంలో దర్శించేది ఏది వుండదు. ఇచట పంచ బీజాక్షరాలు పంచత్వమొందును. ఇదే పూర్ణ దర్శనము.

అష్టదిశల పంచాక్షరీ జపము

మానవుడు దృఢమైన భక్తితో శివుని మనస్సున పాదుకొల్పుకొని, ప్రణవ పంచాక్షరీ మంత్రమును జపించుచు వరుసగా ఆయా దిక్కుల మ్రొక్కులిడుట వల్ల ఆయా సంకల్ప సిద్ధులు లభించును.

తూర్పు ముఖమై ప్రణవ పంచాక్షరి జపించిన వశ్య సంసిద్ధియగును.

ఆగ్నేయ ముఖమైన సర్వ వ్యాధులు నివారించబడును.

దక్షిణ ముఖమైన ఆది భౌతిక అతీత మంత్ర సిద్ధులు పొందెదరు.

నైఋతి ముఖమైన శత్రువులు నశింతురు.

పశ్చిమ ముఖమైన ధనసంపదలు గలుగును.

వాయవ్య ముఖమైన ఆకర్షణ శక్తులు చేకూరును.

ఉత్తర ముఖమైన మనశ్శాంతి కలుగును.

ఈశాన్య ముఖమై జపించిన ముక్తి చేకూరును.

మనుజులు వారి వారి కోర్కెలను బట్టి ఆయా దిక్కుల ముఖమై శివుని భజించిన ఆయా ఫలితములు చేకూరునని సర్వ దిక్కులకు మ్రొక్కులు చెల్లించిన సర్వశుభ ఫలితములను పొందగలరు.

"వాసవ ముఖమైన వశ్య సంసిద్ధియౌ
వహ్నికి నెదురైన వ్యాధు లెడలు
యామ్యాభిముఖమైన నాభిచారిక వృత్తి
నిరృతి మోమున శత్రునిచయమణగు
బశ్చిమ ముఖుడైన బ్రబలు నర్థంబును
గాలి మోమైన నాకర్షణంబు
కౌబేర ముఖమైన గలుగు శాంతి స్థితి
యీశాను ముఖమైన నెసగు ముక్తి,
కాన నాయాయి దిక్కుల క్రమ మెఱింగి
ప్రణవ పంచాక్షరీ మంత్ర భవ్యజపము
గరిమ గావించి పడయు సంకల్ప సిద్ధి
నరుడు దృఢ భక్తి భవుని డెందమున నిల్పి" (శైవా చార సంగ్రహము – ద్వితీయాశ్వాసము)

దశదిశల పంచాక్షరీ జపఫలితము

విశ్వము దశ దిశలయందును దర్శనీయము. పంచాక్షరిని జపిస్తూ విశ్వరూపుడగు మహేశ్వరుని సందర్శనము సర్వాభీష్ట ఫల సిద్ధియగును.

"పూర్వే పశు పతిఃపాతు దక్షిణే పాతు శంకరః
పశ్చిమేపాతు విశ్వేశో నీలకంఠస్తతోత్తరే
ఈశాన్యాంపాతు మాం శర్వో హ్యాగ్నేయ్యాం పార్వతీపతిః
నైరుత్యాం పాతు మేరుద్రో వాయవ్యాన్నీలలోహితః
ఊర్ధ్వ త్రిలోచనః పాతు అథరాయాం మహేశ్వరః
ఏతే భ్యోదశ దిగ్భ్యస్తు సర్వతః పాతు శంకరః

1) తూర్పున పశుపతిని, 2) దక్షిణమున శంకరుని, 3) పశ్చిమమున విశ్వేశ్వరుని, 4) ఉత్తరమున నీలకంఠుని, 5) ఈశాన్యమున శర్వుని, 6) ఆగ్నేయమున పార్వతీపతిని, 7) నైరుతిలో రుద్రుని, 8) వాయవ్యమున నీలకంఠుని, 9) ఊర్ధ్వదిక్కున త్రిలోచనుని 10) అధః దిక్కున మహేశ్వరుని తలంచుకొని దశ దిక్కులలో ఆయనయే నిండి యున్నాడని నిండు మనస్సుతో అచంచల విశ్వాసంతో లోచూపుతో సర్వాంతర్యామియగు శంకరుని దశ దిక్కులలోను తలంచి పూజించిన ఆయన యనుగ్రహం పొందగలము.

14. ప్రణవ పంచాక్షరి

నమశ్శివాయ అను మహామంత్రమును పంచాక్షరిగా వ్యవహరించు చున్నాము. దీనికి ముందు ఓం ను చేర్చిన షడక్షరి యందురు. (ఓం నమఃశివాయ) ఓంకారము ప్రణవము. నమశ్శివాయ పంచాక్షరి. రెండింటిని చేర్చి ఉచ్చరించిన ప్రణవ పంచాక్షరి యగును.

ఈషడక్షరిని రెండుగా విభజించిన ఓమ్ + నమశ్శివాయ అగును. ఓంకారము సూక్ష్మపంచాక్షరి, నమశ్శివాయ స్థూలపంచాక్షరి.

ఓంకారము అకార ఉకార, మకార బిందు (కలా) నాదములతో కూడిన ప్రణవము సూక్ష్మపంచాక్షరి. అకారము పురుషుడు, ఉకారము ప్రకృతి, మకారము (బద్ధుడైన జీవుడు. అకారముజ్ఞాన స్వరూపమగు మహాదేవుడగు శివుడు, ఉకారము సర్వశక్తి స్వరూపిణియగు పార్వతి, మకారము వీరిరువురకు దాసుడగు జీవుడు. బిందువనగా శక్తి, నాదమనగా శివుడు, పరబ్రహ్మ రూపమైన ఓంకారమునుచ్చరించుచు నన్నుస్మరిస్తూ ఎవరు దేహమును విడుతురో వారు నన్ను చేరుదురు. (భగవద్గీత)

"ఓం ఖం బ్రహ్మ" – ఓంకార నామమే వ్యాపక బ్రహ్మ (ఈశోపనిషత్తు) "ఓంక్రతో స్మరకృతగ్ స్మరక్రతోస్మర్ కృతగ్ స్మర" (ఈశావాసోపనిషత్తు) ఓంను స్మరించు వానిగా చేయుము బాల్యాది నుండి చేసిన కర్మలను సంస్కరణకు తీసికొవిరమ్మ

"సర్వే వేదాయత్పద మామనన్తి తపాంగ్ సిసర్వాణి చ

యద్వదన్తియది చ్ఛన్తో బ్రహ్మచర్యం చరంతి

తత్తేపదగ్ం సంగ్రహేణ బ్రవీమ్యోమిత్యేత్ " (కఠోపనిషత్)

సమస్త వేదములు ఎవరి స్వరూపము నెల్లప్పుడు దలంచుచున్నవో సమస్త తపములు దేనిని గురించి చెప్పుచున్నవో, దేనిని కోరి పెద్దలు బ్రహ్మచర్యము వాచరించుచున్నారో, ఆ స్వరూపమును సంగ్రహంగా చెప్పునదే ఓంకార శబ్దము. ఇది పాపములను నశింపజేసి జపముద్వారా దేవతా దర్శన మొసంగును. దీనికంటె ఉన్నతమైన మంత్రము కలియుగమున ఏదియూ లేదు.

"ఓమిత్యే తదక్షర మిదగ్ం సర్వం తస్యోపవ్యాఖ్యానం

భూతం భవద్భవిష్యదితి సర్వమోంకార మేవ

యచ్చాన్యత్రి కాలాతీతం తదప్యోం కారఏవ (మాండూక్యోపనిషత్తు 1-1)

భూతభవి ష్యద్వర్తమాన కాలాత్మకమగు ఈ సర్వజగత్తు, మరియు ఈత్రికాలములకు అతీతము అన్యము అయిన జగత్తంతయు ఓంకారమే యగును. ఓంకారము ప్రణవము, ఉచ్చార్య మానసామర్థ్యమున సర్వప్రాణముల నాత్మాను సంధానమొనర్చుట కారణముగ ఓంకారము ప్రణవమగు చున్నది (అధర్వశిర ఉపనిషత్తు)

ఓమ్ – వ్యోమన్ = వి + ఓం – యణాదేశము వచ్చి వ్యోమ్ అయినది అన్ ప్రత్యయము వచ్చి వ్యోమన్ అయినది. సర్వభూతాలకు ఆకాశనిలయం ఆ విధముగా సమస్తమునకు ఓంకారమే నిలయము. ఇది అక్షర బ్రహ్మము. ఇందు సర్వదేవతలు అధిష్టించి యుందురు. ఓమ్ కార రూపమున పరబ్రహ్మ అభేదముగాను అకార, ఉకార మకార రూపమున త్రివిధ భేదములుగా భిన్న రూపమయినను అభేద స్థితిలో జ్ఞానరూప పరబ్రహ్మముగా సర్వాత్మయగు ఈ ఓంకారము ఋజ్మయ, సామమయ, యజుర్మయ, మనుచు భిన్నమై సర్వశరీర ధారుల యందు, తానాత్మయై వెలుగొందుచున్నది. జీవుడుగా జగత్తుగా, ఈశ్వరుడుగా భిన్నమై, ఏకత్వమున జ్ఞానరూప అక్షర పరబ్రహ్మమై వెలుగొందుచున్నది.

సూక్ష్మ స్థూల ప్రణవ భేదాలు

ప్ర + నవం = 'ప్రణవం, ప్ర అనగా ప్రకృతి వల్ల జనించిన సంసారమనే సముద్రాన్ని దాటుటకు, నవ అనగా సూక్ష్మమైన నావ అని యర్థము. ప్రణవము రెండు రకములు (1) స్థూల ప్రణవము (2) సూక్ష్మ ప్రణవము స్థూల ప్రణవము 5 అక్షరాలు. నమశ్శివాయ. గృహస్థులైన శివోపాసకులకు పంచాక్షరి స్థూలప్రణవ మగును. ఒకే అక్షరమగు "ఓం" సూక్ష్మప్రణవము జీవన్ముక్తికి సూక్ష్మప్రణవము ఉత్తమము. 36 కోట్ల సూక్ష్మ ప్రణవ జపం వల్ల ఈ జన్మలోనే శివయోగం సిద్ధించి జన్మరాహిత్యం పొంది శివైక్యం పొందగలరు. ఈ శివయోగం మూడు విధాలు అవి

(1)క్రియా యోగం (2) తపోయోగం (3) జపయోగం. పదిమంది క్రియా యోగుల కన్నా ఒక తపోయోగి, పదిమంది తపోయోగుల కన్నా ఒక జపయోగి అత్యున్నతుడు.

ఓంకారమునకు వివిధ నామములు

ఓంకారమునకు ప్రణవమని, తారాయని, తారకమనియు పేర్లు కలవు. ఇది పంచభూతములను రక్షించును. " ప్రకృష్టోనవః ప్రణవః"

అనుటను బట్టి నమస్కరింప బడదగినది గాన ప్రణవ మనియు, తరం త్యనేనేతి తారః అనుటచే దీనిని చేత ధరింతురు గాన తారయని, ఓంకార శబ్ద స్సర్వార్థ వాచకః అను సూత సంహిత వాక్యమును బట్టి సర్వ జగత్తును ప్రణవమగు ఓంకారము వివరించును. సర్వ జగత్తు పరమేశ్వరుని నిజ పదార్థము. తిరిగి ఇది విరాట్ ప్రణవము, సంహార ప్రణవము, ఉత్పత్తి ప్రణవము, సగుణ ప్రణవము, నిర్గుణ ప్రణవము, సగుణ నిర్గుణ ప్రణవము అని శాఖా భేదమున నొప్పుచు షోడశ మాత్రాత్మక ప్రణవమున షోడశ కళాత్మక పురుషాను సంధానమున బ్రహ్మ ప్రణవము సిద్ధించి, జ్ఞాన రూప పరబ్రహ్మాకారమై భగవత్సాక్షాత్కరమును సిద్ధింప జేయును.

ప్రణవోపాసన

ప్రకృతి కర్మరూపము. ప్రణవము జ్ఞానరూపము.

కర్మరూపమైన ప్రకృతి క్షరమగును అనగా నాశన మగును.

జ్ఞాన రూపమైన ప్రణవము శాశ్వతత్వము నొందును. అనగా అక్షరత్వము నొందును. క్షరరూప ప్రకృతి యందు అక్షర రూప ప్రణవము ననుసంధించుటయే ఉపాసనము.

ఈ ఉపాసనమును నివర్త రూప బ్రహ్మోపాసనమందురు. అక్షరరూప ప్రణవము నందు, క్షర రూప ప్రకృతి ననుసంధించుట పరిమాణ రూప బ్రహ్మోపాసనమగును.

పరబ్రహ్మము నందు క్షరాక్షరములు కభేదము ననుసంధించుట నిర్గుణ బ్రహ్మోపాసనము. ఈ నిర్గుణ బ్రహ్మోపాసనమే పరబ్రహ్మ తత్వము యొక్క ఉపాసన. అనగా పరబ్రహ్మ తత్వము యొక్క కర్మరూపమే ప్రకృతి. జ్ఞాన రూపమే ప్రణవము. ఉపాసనారూపమే, నిర్గుణ పరబ్రహ్మ మగును.

అక్షర పరబ్రహ్మం

1) ఓం కారము దేనిని కదిలించకుండా నాభి యందు పుట్టును. ఈ శబ్దము పెదవులు గాని, దౌడలు గాని, నాలుక గాని కదలకుండ, నాలుక అంగడిని అందుకొనకుండ ఉచ్చరించబడును. అకారం గొంతు నుండి ఉకారం నాలుక నుండి, మకారం పెదవుల నుండి ఉత్పన్నమై ఏవియు కదలకుండా ఉచ్చరించబడును. ఇది స్థిరమైనది. నిశ్చల మైనది. ఒకే అక్షరములతో గూడిన బ్రహ్మ శబ్దమిది. "ఓ మిత్యేకాక్షరం బ్రహ్మ".

ప్రాణాయామంతో ప్రణవ ధ్యానం

ప్రాణమగు గాలిని భగవంతుని విషయమై అనుసంధానము చేయుట ప్రాణాయామము. ప్రాణాయామం: నేలపై దర్భాసనము (లేదా చాప వేసికొని దానిపై స్వచ్ఛమైన వస్త్రమును కప్పవలెను. తూర్పుముఖమయిగాని, ఉత్తరముఖమయిగాని ఆసనము మీద కూర్చుని ప్రాణాయామం చేయాలి. కుడిబ్రొటన వ్రేలితో ముక్కు రంధ్రమును మూసి ఎడమ రంధ్రము ద్వారా వాయువును పీల్చుచు మనస్సును ఆ మార్గముపై ఏకాగ్రము చేసి నెమ్మదిగా ఊపిరి తిత్తులను వాయువుతో నింపవలెను. ఇది ఇడామార్గము. అనగా ఎడమవైపు నుండు ముక్కు పుటమూలము. దీనివలన నాడీ ప్రవాహము వెన్నుపాము క్రింది భాగమునకు పంపి త్రికోణాకృతి గల్గిన కుండలినీ స్థానమైన మూలాధార చక్రమగు నాడీ కూటమునకు సంఘర్షణ కలుగును. ఇది పూరకము (నాలుగు క్షణములు). తరువాత ఎడమ ముక్కు రంధ్రమును నడిమి వేళ్ళతో మూయాలి (గాలి పీల్చరాదు). ఇది కుంభకము (పదహారు క్షణములు). కొన్ని క్షణాలు నాడీ ప్రవాహము నిలపవలెను. కుడిముక్కు రంధ్రమును మూసిన బ్రొటన వేలినెత్తివేసి పింగళ నాడీ మార్గము ద్వారా శ్వాసతో కూడా నాడీ ప్రవాహము మెల్లగా లాగుచున్నామని

భావించి తరువాత నెమ్మదిగా కుడిముక్క రంధ్రమున శ్వాసను (ఎనిమిది క్షణములు) విడువవలెను. ఇది ఒక ప్రాణాయామమగును. ఉదయము ఇరవైసార్లు, సాయంకాలము ఇరవై సార్లు చేసిన ప్రాణశక్తిని పొందవచ్చును

గాలి పీల్చుట పూరకము దానికి నాలుగు రెట్ల కాలమును వాయువు నిలుపుట కుంభకము. దానిలో సగం కాలము రేచకము అనగా నాలుగు క్షణములు గాలి పీల్చి పదునాలుగు క్షణములు శ్వాస నిల్పి ఎనిమిది క్షణములలో విడువవలెను.

ప్రాణాయామత్రయం కృత్వా ప్రాఙ్ముఖో దఙ్ముఖో పివా

చింతయన్ హృదయాం భోజే దేవదేవం త్రిలోచనమ్

(సిద్ధాంత శిఖామణి 8-25)

ప్రాణాయామం ఇరవై సార్లు చేసి ప్రాణశక్తిని గడించి, చంద్రుడు తలపూవుగా గల్గినట్టియు, మూడు కన్నులు గల్గినట్టియు సర్వాలంకార భూషితమైన మూర్తిగా దేవాధి దేవుడైన శివుని హృదయమున నిలుపుకొని ధ్యానించి శివస్వరూపమైన ప్రణవ పంచాక్షరి మహామంత్రమును జపించ వలెను.

ప్రాణ అపాన సమయోగం ప్రాణాయామోభవతి

తస్మాత్ప్రణవ ఏవ ప్రాణాయమః - ప్రణవమే ప్రాణాయామము.

సమర్ధుడగు సద్గురువు ద్వారా ప్రాణాయామము అభ్యాసము చేయాలి. ఆయన అనుమతితో ప్రారంభించవలెను.

ప్రణవం పై ధ్యానం - నియమాలు

1) అంతర్ముఖుడై ప్రణవం పై ధ్యానం చేయడం ద్వారా శరీరంలో ఆత్మను ప్రత్యక్షంగా దర్శించ వచ్చును. "తద్వోభయంవై ప్రణవేన దేహీ". తన శరీరాన్ని క్రింది కట్టెగానూ ఓంకారమను ప్రణవమును పై కట్టెగాను చేసికొని ధ్యానముచే మధించగా అనగా అభ్యాసం చేయగా చేయగా దాగిన అగ్నిని కనుగొన్నట్లు భగవంతుని సాక్షాత్కరించుకో వచ్చును. నువ్వులలో నూనెలాగ, పెరుగులో వెన్న లాగ, భూగర్భంలో దాగిన నీటిలాగా కట్టెలో నిప్పులాగ, సత్యము ఆత్మ నిగ్రహము తపోధ్యానములను సాధనముగా చేసికొని పరమాత్మను బుద్ధియందు దర్శించవచ్చును.

"స్వదేహ మరణిం కృత్వా ప్రణవం చోత్త రారణిమ్

. ధ్యాన నిర్మథనా భ్యాసాద్దేవం పశ్యేన్ని గూఢవత్" (శ్వేతాశ్వరోపనిషత్తు)

ఇంద్రియాలను, శరీర కార్యాలను అదుపులో పెట్టుకొని, యమములగు అహింస, దొంగతనం చేయకుండుట, బ్రహ్మచర్యము, సత్యము, అపరిగ్రహము, నియమాలగు శౌచము, సంతోషము, స్వాధ్యాయము, తపస్సు, ఈశ్వర ప్రణిధానములను ప్రాణక్రియలను, జాగ్రత్తగా తెలిసి

అజాగ్రత్త లేకుండా మనస్సును పొగరుబోతు గుర్రానికి అమర్చిన కళ్ళెంలాగా బిగించి పట్టుకొని ఏకాగ్రతతో ధ్యానం చేయాలి.

ప్రణవ పంచాక్షరి పల్కుతూ శివలింగార్చన చేసిన శుభ ఫలితము నందించును. అయితే యోగాభ్యాస జపం చేసేవారు తమ అభ్యాస ప్రదేశం శుభ్రమై శుచియైనదిగా యుండాలి. నేలమిట్ట పల్లాలుగా ఉండరాదు. గాలి జోరుగా వీచే ప్రదేశం కాకూడదు. దుమ్మూ, ధూళి గూడినదై, తేమతో కూడి యుండరాదు. నిప్పు, పొగ వంటివి దగ్గరగా వుండరాదు. పరిసరాలు ఆహ్లాదంగా వుండాలి. వట్టి నేల పై కూర్చొనరాదు. చాప వంటివి వేసికొని అభ్యాసం చేయాలి.

ప్రణవ బ్రహ్మోపదేశం

మర్త్యలోకమనేది పరమశివుడు తన సృష్టి లీలావికాసమునకు పంచ విధములైన చిచ్ఛక్తి, ఆనందశక్తి, ఇచ్ఛాశక్తి, జ్ఞానశక్తి, క్రియాశక్తులతో నిర్మించిన ఒక సుందర దుఃఖమయ గృహము. ఇది జీవులకు పరీక్షా కేంద్రము. ఇందు సుఖానందములు ఒక భ్రాంతి.

ఈలోక మందలి జనుల స్థితి గతులను గూర్చి ఆలోచింపగా వారు పైరువలె ఫలించి నశింతురు. తిరిగి పైరు వలె మరల మరల జన్మించుచునే యుందురు. సస్యమివ మర్త్యః పచ్యతే సస్యమివాజాయతే పునః ఈ విషయాన్ని మానవులు మరచి మాయా మమకారాలతో కొట్టిమిట్టాడుచు, వీరునావారని, వారు పరవారనే భ్రాంతికి లోనై అవిద్యచే సత్యాన్ని గుర్తించలేకున్నారు. బ్రహ్మమంత్రాభ్యాససాధనచే, సత్యాన్ని ఆవరించిన మోహము తొలగి అంతర్చక్షువు వికసించిన, సత్యము తేట తెల్లమగును.

ఉన్నది చైతన్యమైన భగవదాత్మ ఒక్కటే. మహానిప్పు కణము నుండి బహిర్గత విస్ఫులింగములు పెక్కులై కనబడినను వున్నది ఒక్కటే బహువిధములుగా చెప్పబడుచున్నది. (ఏకంసత్ బహుదా వదంతి) అన్ని జీవుల మహదాత్మ ఒక్కటే. జీవాత్మలన్ని లయకాలమున మహదాత్మలో ఐక్యత సంఘటింప బడుచున్న విషయము శివ జ్ఞానులందరికి తెలిసిన విషయమే. జీవులు అనేకులు లేరు. చైతన్యమైన భగవదాత్మ నిర్వికారమైన దైనను సహజ సర్వ స్వతంత్రమైన దగుటచే నిర్వికారతకు భంగము రాని విధముగా విశ్వమందన్ని పదార్థములలో నిండి, విశ్వమయమై జీవకోటి రూపము ధరించుచున్నది. అణువు ఒక్కటే. అందుండి విడివడిన పరమాణువులనేకము. ఒక్కటగు ఆత్మ అనేక జీవరాసులలో ఉన్నది. జీవుల భోగ నిమిత్తము జగములు సృష్టింపబడెను. శివుని మాయాశక్తి, విమర్శశక్తి తత్త్వ లక్ష్యం ఇదే.

ప్రతిదినము ఒకే నేలపై నడచుచున్నను, నేలలోతు పొరలలో దాగిన విలువైన ఖనిజ నిక్షేపాలను గుర్తింపలేని విధముగ మానవుడు తనలో నిక్షిప్తమైన బ్రహ్మపదార్థాన్ని గుర్తించలేకున్నాడు. ఖనిజ నిక్షేపాలను గుర్తించుటకు శక్తివంతమైన దుర్భిని కావాలి. దానికి తగిన శిక్షణ కావాలి. అట్లాగే

బ్రహ్మపదార్థాని గుర్తించుటకు, యోగ్యుడగు గురూపదేశం కావాలి. కర్మాచరణ విధానం, మంత్రోపదేశము, దాని స్ఫురణ వల్ల లక్ష్యసాధన సులభమగును

అయస్కాంత స్పర్శతో ఇనుము అయస్కాంతమగును. యోగ్యుడగు గురు బోధన - సాధనలచే అంతర్ చక్షువు వికాసమొంది ప్రకాశించి జీవుని సహజనైజ గుణములు మరుగునబడి తాను బ్రహ్మమగును. బ్రహ్మము జ్ఞానప్రదము. జ్ఞానము సత్యనిష్ఠము. సత్యము భగవత్సంకల్ప వికల్పముల మేలుకలయిక. బ్రహ్మమును ఎఱుకచే గుర్తించాలి. అయితే ఎఱుక మనస్సు నుండి జనించునట్లుతోచును. మనస్సు బ్రహ్మము కాదు. మనస్సు బ్రహ్మ లక్షణములు పొడగట్టుటచే మనస్సు బ్రహ్మముగా తోచును. అది బుద్ధిని కప్పిన ఒక అసత్ స్వరూపము. దానిని తొలగించిన యెడల విప్పారిన బుద్ధి ద్వారా హృదయ గుహాంతర్గత చిదాకాశ మందధి వహించి అందే ఏకీభవించి విస్తరించిన బ్రహ్మము తెలియును.

బ్రహ్మము నాదము. నాదము శబ్దము. అన్ని శబ్దములు నాదాలు కావు. ప్రణవ శబ్దమే నాదము. శబ్దము బ్రహ్మము. ప్రణవశబ్ద గ్రహణము కూడా బ్రహ్మానుగ్రహమే. ఈ జ్ఞానమునకు ప్రజ్ఞకావాలి. ప్రజ్ఞానం బ్రహ్మమగును. ఇచట ప్రజ్ఞా వికాసమునకు తోడ్పడు మంత్రోపదశమే బ్రహ్మోపదేశము.

బ్రహ్మశబ్దోపదేశమును గ్రహించుటకు బ్రహ్మమంత్రోచ్చారణా విధాన నియమములను తెలియవలయును. ఓం నమఃశివాయ బ్రహ్మమంత్రము. తత్సాధనయే తపస్సు దాని ద్వారా బుద్ధి వికసించును. దానిని తెలియుటయే బ్రహ్మవిద్య. గురువు మంత్రశబ్ద తత్త్వమును బోధించి ఉచ్చారణా విధానమును వివరించును. అదియే బ్రహ్మవిద్యాభ్యాస మార్గము.

నమఃశివాయ పంచాక్షరి. దీనిని ఇచ్చానుసారము వీడదీసి శివాయనమః అంటూ ఉచ్చరింపతగదు. ఏకాగ్ర చిత్తముతో ధ్యానముద్రయందు కూర్చొని, మంత్రమును జపించిన, విప్పారిన జ్యోతి స్వరూపమగు బ్రహ్మమును కాంచనగును. బ్రహ్మ శబ్దోచ్చారణముతో, శరీర మందలి చక్రస్థానములు చైతన్య వంతములై మేల్కొనును.

1) పంచాక్షరి ఉచ్చారణ విధానము:-

నమః శబ్దం వదేత్పూర్వం శివాయేతి తతః పరం

మంత్రః పంచాక్షరో హ్యేష సర్వశ్రుతి శిరోగతః (సి.శి.పరి 8 – 7 శ్లో)

మొదట నమః అని, ఆ తర్వాత శివాయ అని పలుకవలెను.

2) షడక్షరి ఉచ్ఛారణా విధానము: -

ఓ మిత్రగ్రే వ్యాహరేత్, నమ ఇతి పశ్చాత్, తతః శివాయే త్యక్షర త్రయం, నాతస్తారకః మంత్రస్తారకో యం పంచాక్షరః శైవస్తారకో యముపదిశ్యతే మను రవి ముక్తే శైవో భ్యో జీవేభ్యః, శైవో యమేవ మంత్రస్తారయతి, సఏవ బ్రహ్మోపదేశః (అధర్వణీయ భస్మజాబాలోపనిషత్తు)

మొదట ఓమ్ అని ఉచ్చరించి తర్వాత నమః అని ఆ పిమ్మట శివాయ అని పలుకవలెను. దీనికన్న శ్రేష్ఠమగు తారక మంత్రము మరొకటి లేదు. ఈ మంత్రోపదేశమే బ్రహ్మోపదేశము.

బ్రహ్మోపదేశమగు ఓం నమఃశివాయను ఆవిధంగానే ఎందుకు గ్రహించాలనెడి యనుమానము కలుగును.

ప్రణవముచేత నిష్కల శివుడు తెలియబడగా పంచాక్షరీ మంత్రము చేత సద్యోజాతాది పంచబ్రహ్మ రూప శివుడు తెలియబడును.

నిష్కలశివుడు శుద్ధజ్ఞాన స్వరూపుడు. సకల శివుడు ప్రపంచ స్వరూపుడు. ఈ విధముగా నిష్కలుడు సకలుడునైన శివుడు ఓంకార పూర్వకమైన పంచాక్షరీ మంత్రముచే తెలియబడుచున్నాడు. బ్రహ్మోపదేశమైన తరువాత తూర్పు లేదా ఉత్తరముఖమై ఉచితాసనుడై పూరక, కుంభక, రేచక, రూపమైన ప్రాణాయామమును మూడుసార్లు చేసి ప్రాణశక్తిని పొంది సదాశివుని ధ్యానించి శివస్వరూపమైన ఈ మహామంత్రమును జపింప వలయును. అపుడే ఆతడు బ్రహ్మమయుడగును.

అవైదిక మతములందు ప్రణవము

హిందువులు వేద మంత్రము నుచ్చరించునపుడు మొదట ప్రణవమగు ఓంకారమును చేర్చి పలుకవలెను. "ఓం నమఃశివాయ" 'ఓం నమో భగవతే రుద్రాయ"

1) అవైదికులన బడుచు ప్రత్యేక త్రిపిటక వేదమునుపాటించు బౌద్ధులు కూడా తాము జపించు పవిత్ర వేద మంత్రము లందు మొదట ప్రణవ ముంచి మంత్రమును జపించెదరు.

గ్రీకులు తమ, మత సంబంధ పవిత్ర కార్యక్రమములందు ప్రణవ శబ్దమగు ఓంకారమునకు వలె లోగోస్ శబ్దమును వాడుదురు.

15. శివ పంచాక్షరీ షడక్షరీ స్తోత్రము

1) ఓంకార మంత్ర సంయుక్తం నిత్యం ధ్యాయంతి యోగినః
   కామదం మోక్షదం తస్మై ఓంకారాయ నమో నమః

2) నమస్తే దేవ దేవేశ నమస్తే పరమేశ్వర
   నమస్తే వృషభారూఢ నకారాయ నమో నమః

3) మహాదేవం మహాత్మానం మహాపాతక నాశనమ్
   మహాపాపహరం వందే మకారాయ నమో నమః

4) శివం శాంతం జగన్నాథం లోకానుగ్రహ కారణమ్
   శివ మేకం పరం వందే శికారాయ నమో నమః

5) వాహనం వృషభో యస్య వాసుకిః కంఠభూషణమ్
   వామే శక్తిధరం వందే వకారాయ నమో నమః

6) యత్రకుత్ర స్థితం దేవం సర్వవ్యాపిన మీశ్వరమ్
   యల్లింగం పూజయే న్నిత్యం యకారాయ నమో నమః

శివుడు ఓంకార పంచాక్షర మంత్ర శబ్ద బ్రహ్మము. అతడు నిత్యము యోగుల చేత ధ్యానింపబడును. కోర్కెలు కోరే వారికి కోర్కెలు తీర్చును. మోక్షాన్ని అపేక్షించేవారికి మోక్షమును ప్రసాదించును. అతడు ధర్మస్వరూపమగు వృషభము నధిరోహించి ధర్మరక్షణ విషయమై లోకములందు సంచరించును. పంచమహాపాతకములను నాశనము చేయగల్గిన మహాత్ముడు. లోకములకు సుఖములు ప్రసాదించెడి జగన్నాథ నాథుడు. పాలకడలిపై విష్ణువునకు పాన్పుగా సేవలందించు నాగేంద్రుని కంఠమున ధరించిన వాడు. మహాశక్తి స్వరూపిణి యగు పార్వతీమాతకు తన ఎడమవైపున అర్ధశరీరమిచ్చిన దాత అతడు. సర్వసృష్టి ఎందుండి ఉద్భవించి ఎందులో లీనమగు చున్నదో అట్టి సర్వవ్యాప్తమైన జ్యోతిర్లింగ స్వరూపుడతడు. సమస్త దేవతల చేత ఆరాధింపబడు సూక్ష్మ స్థూల పంచాక్షర స్వరూపమై యలరారువాడు. నకార, మకార, శికార, వాకార, యకార సంయుక్త స్వరూపమైన బీజాక్షర బ్రహ్మము ఆయన. అట్టి ఓంకారేశ్వరుని నమస్కరించి భజించుచున్నాను.

జగద్గురు శ్రీ శంకరాచార్యుల వారు శివ పంచాక్షరీ మంత్రంలోని ఒక్కొక్క అక్షరానికి ఒక్కొక్క శ్లోకం వంతున చెప్పుచు భక్తి పారవశ్యంతో శివ పరమాత్మను స్తుతించెను.

శివదృష్టి

నాగేంద్రహారాయ త్రిలోచనాయ
భస్మాంగరాగాయ మహేశ్వరాయ
నిత్యాయ శుద్ధాయ దిగంబరాయ
తస్మైనకారాయ నమశ్శివాయ

మందాకినీ సలిలచందన చర్చితాయ
నందీశ్వర ప్రమథనాథ మహేశ్వరాయ
మందార ముఖ్య బహుపుష్ప సుపూజితాయ
తస్మైమకారాయ నమశ్శివాయ

శివాయ గౌరీవదనాబ్జ బృంద
సూర్యాయ దక్షాధ్వరనాశకాయ
శ్రీ నీలకంఠాయ వృషధ్వజాయ
తస్మైశిఖారాయ నమశ్శివాయ

వశిష్ఠ కుంభోద్భవ గౌతమాది
మునీంద్ర వేదార్చిత శేఖరాయ
చంద్రార్క వైశ్వానర లోచనాయ
తస్మైవకారాయ నమశ్శివాయ

యక్ష స్వరూపాయ జటాధరాయ
పినాక హస్తాయ సనాతనాయ
దివ్యాయ దేవాయ దిగంబరాయ
తస్మై యకారాయ నమః శివాయ

నాగేంద్రుని హారముగా ధరించి, మూడుకన్నులు కలిగి విభూతి శరీరమునకు అందముగా అలదుకొన్నట్టి శాశ్వతమైన పవిత్రమైన సర్వదిక్కుల యందు తానైన సద్యోజాత ముఖమునుండి జనించిన నకారతత్త్వ స్వరూపమగు శివునకు నమస్కరించు చున్నాను. పుణ్యవతి యగు ఆకాశ గంగోదకములతో నిరంతరం అభిషేకింపబడుచూ సువాసనలతో కూడిన గంధమును మైపూతగా గలిగి నందీశ్వరుడు మొదలైన ప్రమథ గణములచే నిత్యము మందారము మొదలగు ముఖ్యములగు అనేక పుష్పములతో పూజించబడు వామదేవ ముఖము నుండి జనించిన మకార తత్త్వ స్వరూపమగు

శివునకు నమస్కరించు చున్నాను. కళ్యాణస్వరూపుడగు పద్మము వంటి ముఖము గల గౌరీదేవికి ఆనందము కలిగించెడి సూర్యుని వంటివాడును, దక్షయజ్ఞమును నాశనము చేసిన వాడును, భయంకరమైన కాలకూటవిషమును కంఠమందు ధరించినవాడును, వృష ధ్వజుడును అఘోరముఖము నుండి జనించిన శికారతత్వమగు శివునకు ప్రణమిల్లుచున్నాను. వశిష్ఠుడు, కుంభోద్భవుడు (అగస్త్యుడు) గౌతముడు మొదలగు మునీంద్రుల చేతను, వేదముల చేతను పూజించబడుచూ చంద్రుని అందంగా శిఖలో పూవుగా ధరించిన వాడును, సూర్యచంద్రులు కన్నులుగా కల్గిన తత్పురుష ముఖము నుండి జనించిన వకార తత్వ స్వరూపముగు శివునకు నమస్కరించుచున్నాను. చావుపుట్టుకలు లేని శాశ్వతమైన నిత్యసత్యమైన త్రిమూర్తి స్వరూపుడు, ముక్తిస్వరూపుడు, సంపూర్ణుడు, జటాధారి, పినాకమనే దివ్యమైన విల్లును ధరించిన వాడు, సనాతనుడు, దివ్యుడు, దేవాదిదేవుడు, దిగంబరుడైన ఈశాన ముఖము నుండి జనించిన యకారతత్వ స్వరూపమగు శివునకు నమస్కరించుచున్నాను.

ఈ పంచాక్షర స్తోత్రమును నిత్యము పఠించిన వారు శివలోక సుఖావాసులగుదురు.

ప్రణవ పంచాక్షరి మహాపాతక నాశిని

పాల్కురికి సోమనాథుడు బసవ పురాణమున పంచాక్షరిని గూర్చి

"పంచ మహాపాతకములు పారునది
శివ నీ నామస్మరణకయ్యా
భవ బంధన దురితంబులు గెలువగ
ఓం నమశ్శివాయ శరణన చాలదే " అన్నాడు.

ఒక్కసారి నమః శివాయ అన్నచాలు పంచ మహాపాతకాలు నశించును.

కరియంజువుదు అంకుశక్కయ్య
గిరి యంజువుదు కులిశక్కయ్య
తమంధ వంజువుదు జ్యోతిగయ్య
కానన వంజువుదు జోగెగయ్యా పంచమహాపాతక వంజువుదు
కూడల సంగన నామక్కయ్యా (బసవేశ్వర వచనము)

ఏనుగు అంకుశమునకు జంకును. మహాపర్వతము ఉలి, సుత్తి దెబ్బలకు జంకును, అపారమైన చీకటి ప్రకాశమునకు బెదరును. విస్తారమైన అడవి అగ్నికి జంకును. పంచమహాపాతకాలు నమః శివాయ అను కూడల సంగమ దేవుని నామ జపమునకు బెదరి ఓడి పరిగెత్తును.

శివదృష్టి

"ఓం నమః శివాయ ఎంబ మంత్ర సర్వ జనవశ్య కూడల సంగమ దేవా 'ఓం నమః శివాయ అంటూ జపిస్తూ వెళ్లండి సర్వము నీ వశమగునని వీర శైవ మతోద్ధారకుడగు బసవణ్ణ ఎలుగెత్తి చాటెను."

ఓంకారం శిరసాధీనం న, మకారం భుజద్వయం

శికారం హృదయం మధ్యం వ, యకారం పాదద్వయం

పంచాక్షరీ పఠేన్నిత్యం మహాపాతక నాశనం

యమలోక భయం నాస్తిః శివలోక మహియ్యతే.

శివుని శిరస్సు ఓంకారం. నకార, మకారములు భుజములు, శికారం హృదయము. వ, య కారములు ఆయన పాదద్వయం. పంచాక్షరిని జపించడ మనగా ఆయన సంపూర్ణమూర్తిని భావనచేసి, ఆహ్వానించి ఆయనలో లీనమగుటయే. ఇది మహాపాతకములను నశింపచేయుటయే కాక మృత్యు భయమును తొలగించి శివలోక ప్రాప్తి పొందింపదగిన మహామహిమాన్విత మంత్రము.

నమశ్శివాయ మంత్రం దారిద్ర్య దుఃఖదహనకారిణి :

విశ్వేశ్వరాయ నరకాంతక తారనాయ

కర్ణామృతాయ శశిశేఖరధారణాయ

కర్పూరకాంతి ధవళాయ జటాధరాయ

దారిద్ర్య దుఃఖదహనాయ నమశ్శివాయ

గౌరీప్రియాయ రజనీశ కలాధరాయ

కాలాంతకాయ భుజగాధిప కంకణాయ

గంగాధరాయ గజరాజ విమర్దనాయ

దారిద్ర్య దుఃఖదహనాయ నమశ్శివాయ

భక్తిప్రియాయ భవరోగభయాపహాయ

ఉగ్రాయ దుఃఖభవసాగర తారణాయ

జ్యోతిర్మయాయ గుణనామ సున్నృత్యకాయ

దారిద్ర్య దుఃఖదహనాయ నమశ్శివాయ

చర్మాంబరాయ శవభస్మవిలేపనా య

పాలేక్షణాయ మణికుండల మండితాయ

మంజీరపాద యుగళాయ జటాధరాయ

దారిద్ర్య దుఃఖదహనాయ నమశ్శివాయ
పంచాననాయ ఫణిరాజ విభూషణాయ
హేమాంశుకాయ భువనత్రయ మండితాయ
ఆనందభూమి వరదాయ తమోమయాయ
దారిద్ర్య దుఃఖదహనాయ నమశ్శివాయ

భానుప్రియాయ భవసాగర తారణాయ
కాలాంతకాయ కమలాసన పూజితాయ
నేత్రత్రయాయ శుభలక్షణలక్షితాయ
దారిద్ర్య దుఃఖదహనాయ నమశ్శివాయ

రామప్రియాయ రఘునాథ వరప్రదాయ
నాగప్రియాయ నరకార్ణవ తారణాయ
పుణ్యేషు పుణ్యభరితాయ సురార్చితాయ
దారిద్ర్య దుఃఖదహనాయ నమశ్శివాయ

ముక్తీశ్వరాయ ఫలదాయ గణేశ్వరాయ
గీతప్రియాయ వృషభేశ్వర వాహనాయ
మాతంగచర్మ వసనాయ మహేశ్వరాయ
దారిద్ర్య దుఃఖదహనాయ నమశ్శివాయ

వశిష్ఠ మహిర్షిచే రచించబడిన ఈ స్తోత్రము పరమ పవిత్రమైనది. దీనిని త్రిసంధ్యల యందు పఠించిన సర్వ రోగములు నివారించబడి సర్వ దుఃఖములునశించి సర్వసంపదలు చేకూరి స్వర్గసుఖావాసమబ్బును.
పొందారు.

భోగ మోక్ష ప్రదాయిని – శివ పంచాక్షరి

బ్రహ్మ విష్ణులు, శివుని గూర్చి తపమాచరించి ఆయన అనుగ్రహం వల్ల సృష్టి, స్థితి నిర్వహణశక్తి పొందిరి. రుద్ర, మహేశ్వరులు సంహార తిరో భావాలను పొందారు. సర్వాతీతుడైన శివపరమాత్మ ఒక్కనికే అనుగ్రహ శక్తి గలదు. అది ఆయన యందే లీనమై యున్నది. రుద్రమహేశ్వరులు నిరహంకారులై వాహన, ఆసన, వేషాదులన్నింట శివ ప్రతి రూపాలై అభేద

భావంతో మెలగి శివానుగ్రహం పొంది తరించిరి. మిగిలిన ఇరువురును అహంభావులై జగదాధి పత్యం కోసం ఎవరికి వారే అధికులమని యుద్ధ సన్నద్ధులైరి. వారి యహం కారమును ప్రోదోలి ముందెన్నడు వాదునకు దిగక శివునిపై భక్తి వీడక, శ్రద్ధాభక్తులు కలిగి యుండుటకు, శివశక్తుల రెంటిని బోధించు దివ్యమగు ప్రణవ పంచాక్షరిని శివుడే స్వయముగా వారికుపదేశించితరింపజేసెను.

ప్రణవ పంచాక్షరి నుండి పంచాక్షరి దాని నుండి త్రిపాద గాయత్రి, అందుండి సర్వవేద సారస్వతము, మంత్రాలు ఉద్భవించెను. అన్ని మంత్రాలు భోగప్రధానాలే. వీటిని జపిస్తే వాటికి సంబంధించిన కోర్కెలు మాత్రమే తీరును. అయితే భోగాలతో పాటు, మోక్షాన్ని అనుగ్రహించు సామర్థ్యం ఒక్క శివ పంచాక్షరికి మాత్రమే గలదు. శివారాధనను మించిన పుణ్యకార్యము సృష్టియందెచ్చటను లేదు. ఆర్ధానక్షత్రయుక్త మైన చతుర్ధశినాడు శివపంచాక్షరిని జపించిన గొప్ప ఫలితం పొందగలరని శివపురాణం ఎలుగెత్తి చాటుచున్నది.

16. జప విధానము

జపము మూడు విధములు. అవి (1) వాచికము, (2) ఉపాంశువు, (3) మానసికము. ఇతరులు వినునట్లు ఉదాత్తానుదాత్తస్వరంతో ఉచ్చరించుట వాచికము. ఇతరులు వినకుండా నాలుకను మాత్రము కదలించడం ఉపాంశువు. మంత్రము యొక్క అర్థాన్ని తెలిసి దాని అర్థముపై మనస్సునుంచి చేయు జపము మానసికము. అన్నింటి కంటే శ్రేష్ఠమగు జపము మానసికము. వాచిక జపము క ఉపాంశు జపము, నూరు రెట్లు అధిక ఫలము నిచ్చును. ఉపాంశువు కంటే మానసికము వేయి రెట్లు అధిక పుణ్యప్రదము.

ఇది సగర్భమని, అగర్భమని తిరిగి రెండు విధములు (1) ప్రాణాయామ ముతో జపమొనర్చిన సగర్భము, (2) ప్రాణాయామ రహితముగా చేయు జపము అగర్భము. మానసిక జపము కంటే సగర్భ జపము నూరురెట్లును సగర్భజపము కంటే ధ్యానము చేయుచు చేయు జపము వేయిరెట్లు, అధిక ఫలప్రదమగును.

వీరశైవుల పంచాక్షరి జపము

దీక్ష పొందిన భక్తుడు ఇష్ట లింగమును ఎడమ చేతిని పీఠముగా చేసికొని భక్తితో దానిని చూచుచు శివపంచాక్షరిని జపించుట వలన కలుగు పుణ్యఫలము ఇంతటిదని విలువ కట్టుటకు వీలులేనిది.

యదీష్టలింగం సంపశ్యన్ వామహస్త స్థితం పరం

జపతే తత్ఫలం వక్తుం

నమయా శక్యతే ద్విజ (చంద్రజ్ఞానోత్తరాగమము - 81శ్లో)

ఆధ్యాత్మిక సాధనలో భక్తి జ్ఞాన వైరాగ్యము లొకటిగా రాశిబోసి సులభముగా ఉన్నతస్థాన మధిరోహించి లింగధారులను తరింపజేసి అనుభవానంద మధుర రస ఫలభరితమై యొప్పు పంచాచార్య ప్రసాదితమై యలరారు ఏకైక మతము వీరశైవము.

లింగాయతులు త్రివిధ లింగములను పూజింతురు. అవి ఇష్టలింగము, ప్రాణలింగము, భావలింగములు. అందు మొదటి దానిని స్థూలశరీరముతో ధరింతురు. ఇది భక్తులకు ఇష్టియొనర్చును గావున దానికాపేరు సార్థకమైనది. దీక్షాసమయమున గురువు తాను పొందిన తపోయోగశక్తులను అందు నింపి దయతో శిష్యుని హస్తమందుంచి అనుగ్రహించిన పుణ్యఫలమది. మిగిలిన రెండును మనోబుద్ధి గతములు. ఎవరికి వారు సాధనచే సాధింపదగినవి. వాటిని సూక్ష్మ కారణ శరీరములచే ధరింతురు.

శివాగమోక్తముగా శ్రేష్ఠమైన గోమయమును తీసికొని, దానిని కాల్చి పొడిచేసి శివపంచాక్షరీ మంత్రమున పవిత్రీకరించి విభూతి తయారు చేయుదురు. కర్పూరమును నల్లనిపొడిగా చేసి, వాటికి కాయ ధాన్య విశేష నూనె (జీడికాయ) (Marking nut Oil - Geruseed Oil) మరికొన్ని విశేష వస్తువులు కలిపి నల్లని మైనమును తయారుచేయుదురు. అందు మధ్య భాగమున అయస్కాంతత్త్వ శక్తిగల శిలానిర్మిత పంచ సూత్ర శివలింగము నుంచి హృదయాకారముగా (అర్ధగోళాకారముగా) ఇష్టలింగమును నిర్మింతురు. లింగమును తయారు చేయు శిల అయస్కాంతత్త్వ శక్తియుతముగాకున్నను దానికి పంచసూత్ర నియమములున్న చాలునందురు. ఇష్టలింగమును ఎవరికి వారు తయారు చేయరాదు. ఇది అత్యంత పవిత్రమైన క్రియాయజ్ఞముగా ప్రత్యేక ప్రక్రియగా తయారుచేయుదురు.

ఇష్టలింగమును జాగ్రత్తగా పరిశీలించిన అది తలక్రిందు చేయబడిన మానవ హృదయమువలె నుండును. పరబ్రహ్మస్వరూపమే ఇష్టలింగము. ఇష్టలింగ సేవయే శివపరబ్రహ్మ సేవ.

శివపరమాత్మ ఊహకందని అనంత విశ్వవ్యాప్తము. ఆయన "అణోరణీయాన్, మహతోమహీయాన్" పరమాణువుకన్న అత్యంత సూక్ష్మము, మహత్తుకన్న అత్యోన్నతము ఆయన సర్వప్రాణులలో వ్యాపించిన అంతరాత్మ. జీవుల ప్రతిజీవ కణములో వ్యాపించిన స్థిరమైన చైతన్యశక్తి. తానైన బ్రహ్మము జీవుల శరీరము లందంతట నిండియుండుటను బట్టి శరీరమునకు ప్రధాన జీవకేంద్రమగు హృదయమును పరమేశ్వర కేంద్రముగా తలంచి శివపరమాత్మను మానవ హృదయముతో పోల్చి ప్రాణ లింగముగా వీరశైవులు ఆరాధించుచున్నారు. భారతీయ ఆధ్యాత్మిక గ్రంధములు మానవ హృదయమును కమలముతో పోల్చినవి. వీరశైవులు అట్టి హృదయాకార లింగమును ఇష్ట లింగముగా పూజింతురు.

దీక్షా సమయమున గురువు శిష్యునకు తాను సాధించిన శివయోగ శక్తిని ఇష్టలింగమందు ప్రవేశపెట్టి శిష్యుని హస్తమందుంచును. ఇచట దీక్ష మూడు విధములు (1) వేదా దీక్ష, (2) మంత్ర దీక్ష, (3) క్రియా దీక్ష.

చొప్ప వీరభద్రప్ప

1) వేదాదీక్ష: గురువు శిష్యుని శిరమున తన హస్తముంచి అతనిని అనుగ్రహ దృష్టితో చూచుట వేదాదీక్ష,

2) మంత్రదీక్ష: శిష్యువి చెవిలో మంత్రమునుపదేశించుట మంత్రదీక్ష.

3) క్రియాదీక్ష: శిష్యుని హస్తమందు లింగము నుంచట క్రియాదీక్ష.

హస్తమస్తక సంయోగాత్ దృష్టేర్వేధేతి గీయతే

గురుణో దీరితా కర్ణే సాహి మంత్రాత్మికా భవేత్

శిష్యపాణితలే దత్తయా దీక్షా సాక్రియా భవేత్ (కారణోత్తరాగమము)

వేధాదీక్ష వల్ల ప్రాణలింగ భావలింగములు చైతన్య వంతములు కాగా మంత్ర దీక్షను పొందిన శిష్యుడు తనకు తానుగా మంత్రమును శక్తివంతము గావించు కొనును. క్రియాదీక్షద్వారా ఇష్టలింగమును పొంది పూజాక్రియలు నిర్వహించి లింగమును శక్తిసమన్విత మొనర్చును. పూజా సమయమున ఎడమ అరచేతిని విభూతిచే శుద్ధి పరచి అందు పంచాక్షరీ మంత్రమును ఐదుసార్లు లిఖించును. మంత్ర లేఖనమునకు కలము అక్కరలేదు, కుడిచేతి అనామికతో లేదా రెండవ వ్రేలితో మంత్రమును ఐదుసార్లు వ్రాయును. అది పంచపీఠములను శుద్ధి చేయు చున్నానని, పంచముఖోద్భవ లింగములను ఆహ్వానిస్తున్నానని భావించును.

అరచేతి యందు ఇష్టలింగము నుంచి దానికి ఆవైపు అంకమును ఊతగా గ్రహించి శైవాగమోక్తముగా వివిధోపచారములచే తనవిదీరా తృప్తిగా పూజించును. శివుడు అభిషేక ప్రియుడు. పంచస్నానాదుల తదనంతరము షడక్షరీ మంత్రమును జపిస్తూ శిల్కు వస్త్రముతో ఇష్టలింగమును స్పృశించును.

ఇష్టలింగము రసాయన పదార్థ మిశ్రమము. శిల్కు గుడ్డతో స్పృశించగనే అందు నిబిడీకృత స్థిర విద్యుత్తు శక్తివంతమై చైతన్య వంతమగును. నెమ్మదిగా అరచేతిని పైకెత్తి హృదయమునకు సమాంతరముగా అనగా ప్రాణలింగమునకు ఎదురుగా ఇష్టలింగమును దెచ్చి అర్ధనిమీలిత లోచనుడై లింగమును ఎడమ కంటి చూపునకు 12 అంగుళముల దూరములోనుంచి తదేక దృష్టితో చూచుచు గురూపదేశ మంత్రమును శ్రద్ధా భక్తి ప్రపత్తులతో జపించును. ముకుపుటముల నుండి వెలువడు బహిర్గత (నిశ్వాసము) వాయువు లింగమును తాకరాదు.

దీపకలిక వెలుగుటకు ప్రమిదలోని నూనె వత్తిద్వారా ఎడతెఱిపి లేకుండా ఎట్లు ప్రవహిస్తుదో ఆవిధంగా మంత్రజపం ఆగకుండా ఏకాగ్రచిత్తంతో తన్మయత్వంలో బాహ్య విషయ శబ్దాతీతంగా తన్నుతాను మఱచి తాను లింగమున విలీనమైన విధముగా, శరీరము భగవదర్పితంగా దీక్షతో దృఢసంకల్పంతో తపోధ్యానము గావించును.

భక్తుని శరీరము ప్రకృతి. అది పంచభౌతిక రసాయన మిశ్రమము. లింగము పంచశక్తుల సమ్మిశ్రమము. దాని శక్తి అక్షరము. అది పంచ ముఖముల భౌతిక తత్త్వము. భక్తుని మంత్రము

పంచశక్తుల సూక్ష్మస్థూల స్వరూపము. లింగము బిందువు. మంత్రము నాదము. మంత్రజపముతో కర్మ జ్ఞానములు రెండును ఒకచో కలబోసినట్లుగ, ఇష్ట లింగముపై నాదశక్తి తాకుచున్నది.

లింగము ఘన విద్యుత్తు నిండిన అనంత కోటి సుధాచంద్రికల కేంద్ర బిందువు. కుంభాకార కటకము ద్వారా సూర్యకాంతిని కేంద్రీకరింప జేసిన ఆ కిరణములు ఒకచో కేంద్రీకరింపబడి ఉష్ణశక్తిగా విజృంభింపబడును. ఉష్ణశక్తి విద్యుచ్ఛక్తిగా పరిణామము చెందుట శాస్త్రసమ్మతము. మంత్రశక్తిని స్థిర విద్యుల్లింగముపై దృఢమనోశక్తి ద్వారా కేంద్రీకరించిన కొలది లింగమునుండి అవాఙ్మాస గోచరము చర్మ చక్షువుల కతీతమై జ్ఞాన బుద్ధిగోచర మగు ఎలక్ట్రోమాగ్నటిక్ శక్తి కతీతమైన శక్తి ఉత్పన్నమై లింగము తళుక్కున మిరుమిట్లు గొల్పుచు అనంతకోటి ప్రభలకాంతి జనించి బయల్వెడలును. ఆ కాంతి భక్తుని గ్రమ్మును. భక్తుని కాయము నికాయమై, తానునున్నను లేని వాడగును.

ఇచట చూచితిననిన దృష్టి ఉండదు. పూజించితిననిన పూజ ఉండదు. తెలిసి కొంటిననిన ఏమి ఉండదు. అంతయు శూన్యము. (శూన్యమునకు మోక్షమనే అర్థము కలదు) అది ఒక ఘనదృష్టి. అంగ, లింగ సంబంధములు రెండును చెడిన లింగార్చన దృష్టి అంగ లింగ సంబంధములు రెండింటి భేదము నశించిన ప్రాణ లింగ సంబంధమిది. ప్రాణము నిష్ప్రణమై లింగరూపమై రూపము నాస్తియైన సంబంధమిది.

మతి, శ్రుతి, ఖండ, కేవల, జ్యోతిర్, మహాజ్యోతిర్ జ్ఞానము లారును, మతిజ్ఞానము చేత, శ్రుతి జ్ఞానము, శ్రుతిజ్ఞానము చేత ఖండ జ్ఞానము, ఖండజ్ఞానము చేత కేవల జ్ఞానము, కేవలజ్ఞానము చేత జ్యోతిర్ జ్ఞానము, జ్యోతిర్ జ్ఞానము చేత మహాజ్యోతిర్ జ్ఞానము, మహాజ్యోతిర్ జ్ఞానము చేత నిరాలంబనమైన స్థితి అది. మతిజ్ఞానమున భక్తుడు, శ్రుతి జ్ఞానమున మహేశ్వరుడు, ఖండ జ్ఞానమున ప్రసాది, కేవల జ్ఞానమున ప్రాణలింగి, జ్యోతిర్ జ్ఞానమున శరణుడు, మహాజ్యోతిర్ జ్ఞానమున ఐక్యుడగు షట్ స్థల రహస్య స్థితుడైన స్థితి యది.

మాటలు చెప్పలేని ఈ స్థితిలో భక్తుని ఆవరించిన మహత్తర శక్తియే కుండలినీ శక్తి. చూపులో చూపుకలసి, చూపు నుండి వెలువడిన చైతన్య శక్తి అది. భక్తుని శరీరము నావరించి పురివిప్పి, ఉద్వేగమున ఉద్రేకింపబడి శాంతమై ఆనందబ్రహ్మమై తిరిగి చైతన్య శక్తిగా రూపొందిన శక్తి అది. అంగమున శక్తి గ్రమ్మిన వెంటనే షట్ స్థానములు చంద్రకాంతుల మిఱుమిట్లు గొలుపును. చైతన్య శక్తి నెమ్మదిగా బిందువై, బిందువు రేఖయై కదలి మూలాధారమును మూర్కొనును. అచటి నుండి స్వాధిష్ఠానము, మణిపూరము, అనాహతము, విశుద్ధమును చేరి, నెమ్మదిగా కదలి ఆజ్ఞాచక్రమును తాకి అచట నిలుచును.

భక్తుడు తన తపస్సును దీక్షతో కొనసాగించుకొలది, కుండలినీ శక్తి నెమ్మదిగా ప్రాకుచు బ్రహ్మచక్రము వరకు సాగును. దీక్షాబద్ధుడైన మహాజ్యోతిర్ జ్ఞాని అనన్య మహా తపోదీక్ష సాగించే కొలది కుండలిని శక్తి శిఖాచక్రం, పశ్చిమచక్రం' వరకు సాగి విస్తరించును. ఆ స్థానము చేరిన భక్తుడు అనంత జ్ఞాన సంపన్నుడు, అనంతశక్తి సమన్వితుడు, అనంత చైతన్య క్రియా నిర్మాణశక్తియుతుడగును. అతడే

సర్వజ్ఞ లింగి. అతని ప్రతి అణువులో భగవచ్ఛక్తి నిభిడీకృతమై యుండును. అతడు స్వయం శివుడు. అచట జీవాత్మ పరమాత్మలు లేవు. అది ఐక్యస్థితి. అదే నిజైక్య స్థితి. ఈ స్థితిని చేరుటకు చేసే ప్రయత్నమే ఇష్టలింగపూజ.

వీరశైవులు సర్వకాల సర్వావస్థలయందు ముఖమున పంచాక్షరీ మంత్రము, హృదయమున ధ్యానము, అంగమున లింగమును దాల్తురు. అష్టావరణములు ప్రాణ తుల్యముగా, షట్ స్థలములను అభ్యాస యోగముద్వారా, పంచా చారములను సచ్ఛీల సంపదను పొంది లింగాంగ సామరస్యమును సాధించి ఒకే జన్మలోనే పునర్జన్మ లేకుండా శివైక్యతను సాధింతురని ఈ మతము ఎలుగెత్తి చాటుచున్నది.

ఈ విషయాన్నే " **అన్యేషామపి శైవానాం వీరశైవ మహోత్తమం**

ఏకేన జన్మనా ముక్తి ర్వీరాణాంతు మహేశ్వరి."

అని పరమేశ్వరుడే స్వయముగా పార్వతికి బోధించినట్లు శివాగమము లుద్ఘాటించుచున్నవి.

జప నియమాలు

పంచాక్షరి జపించుటకు దీక్షానియమాలు, స్థల సందర్భాలు అక్కర లేదు. దీని నుచ్చరించుటకు ఉదయం, సాయంకాలం అంటూ ఏ నియమ, నిబంధనలు లేవు. సంపూర్ణంగా తన్ను తాను భగవంతునకు సమర్పించుకొనే భక్తి భావ మొక్కటి చాలు. స్మశాన మని, పవిత్ర దేవాలయమని, అరణ్యమని, ఉద్యానవనమని, శుభ్రంగా గోమయంతో అలికి ముగ్గులిడిన గృహమని, ఏవేవో స్థలాలను వెదుక బనిలేదు. బ్రాహ్మణ, క్షత్రియ, వైశ్య, శూద్ర జాతులనే భావముతో ఉన్నత జాతులు స్మరిస్తేనే పవిత్రత చేకూరునని భావించ కూడదు. ముక్తిని గోరు ప్రతి యొక్కరు, స్త్రీ, పురుష తేడాలు లేక, ఎవ్వరైనా ఎక్కడైనా స్మరించి తరించ వచ్చును.

నాన్య దీక్షా నహోమశ్చ నసంస్కారో నితర్పణ:

నకాలో నోపదేశశ్చ సదా శుచిరయం మను: (స్కాందపురాణం)

ఏమంత్రమైనా వాక్యమైనా, శ్లోకమైనా ఉదాత్తానుదాత్త స్వరాలతో ఉచ్చరిస్తేనే ఫలితము దక్కునని, ఉచ్చారణలో దోషము స్వల్పమైనా ఉచ్చరించే వారికి హాని కలుగజేయునని, అందరు పఠించరాదని కొన్ని శ్రుతులతో నియమాలు గలవు.

ఓంకారము వేదమంత్రము. ఓంకారముతో కూడిన పంచాక్షరి ద్విజ వర్గానికి మాత్రమే పరిమితము.

"ద్విజైరి యంతు జప్తవ్యా నిత్యం ప్రణవ పూర్వకా".

ఓంనమః శివాయ నుచ్చరించుటకు ద్విజులకే అర్హత గలదు. అట్లని మిగిలిన వారందరు తక్కువ వారని తలంచరాదు. ఇదొక సంకుచిత భావం. ద్విజులందరు అట్టి వారు కారు. వారు లేకున్న

వేదాది ఉత్తమ సాహిత్యం భారతీయ సంస్కృతి ఇన్నాళ్ళు నిలువలేదు. ఉన్నతులెప్పుడు పూజింపబడుచుందురు. పూజింపదగిన వారిని పూజించక పోవడం పాపహేతువగును. భగవంతుని దృష్టిలో సర్వులు సమానులే ముక్తికి అందరు అర్హులే. ఎవరో ఏవో చెప్పారని తినడం మానుకుంటామా? ప్రయాణం వదలు కుంటామా, యోగ్యత జాతిని బట్టిరాదు.

ధ్యానం

వెయ్యి కర్మ యజ్ఞాలు చేయడం కన్న ఒక్క తపోయజ్ఞం గొప్పది. ధ్యానమునకు కూర్చున్నప్పుడు రొమ్ము, మెడ, తలను నేరుగా ఉంచి సుఖాసీనుడై, బాహ్య విషయాలపై ప్రసరించు మనస్సును, ఇంద్రియాసక్తులను నిరోధించి, మనస్సుతో సహా బుద్ధిని హృదయంలోనికి ఉపసంహరించి, ఓంకారార్ధమును, ధ్యాన, అభ్యాస విధానాలను తెలిసికొని అజ్ఞానం వల్ల కలిగే తామస ప్రవృత్తులకు అతీతుడై, తారక బ్రహ్మంతో కూడిన పంచాక్షరిని ధ్యానిస్తూ, ఇంద్రియాల నదుపులో వుంచుకొని, గురువుల ద్వారా బాగా తెలిసికొన్న విధంగా ప్రాణక్రియలను ఉపశమించుకొని, నీలో సంపూర్ణంగా నిండిన ఆత్మ స్వరూపాన్ని తెలిసికొని, అంగమగు తాను లింగంతో సంయోగం పొందాలి.

ధ్యానం వల్ల మరో ప్రయోజనం కలదు. ఇది వివిధ రకాల మానసిక ఒత్తిడులను దూరం చేసి మానసిక ప్రశాంతతను చేకూర్చును. నేడు ప్రతి క్షణం ఏదో ఒక ఆందోళనతో, మనస్సు క్రుంగిపోయి, జీవన గమనం దుర్భర మగుచున్నది. ఏకాగ్ర చిత్తంతో ప్రణవ పంచాక్షరిని కనీసం 15-20 నిమిషాలు స్మరించడం వల్ల, మనస్సు, శరీరం విశ్రాంతి ననుభవిస్తాయి. 1) మెదడుకు రక్త ప్రసార మధికమగును. 2) శ్వాసక్రియ మెరుగగును. 3) శరీర కండరాలు విశ్రాంతి పొందును. 4) వివిధ వ్యాధుల నెదుర్కొనే రోగ నిరోధక శక్తి వృద్ధి యగును. 5) మధ్యపానం, ధూమపానం మొదలగు మత్తు పదార్థాలకు బానిసలైన వారు ధ్యానించడం వల్ల మనో నిగ్రహ శక్తి వృద్ధియై వ్యసనాలను వదలి పెట్టుదురు. 6) శరీరం దృఢత్వం పొందును. 7) జ్ఞాపకశక్తి వృద్ధి యగును. 8) రాత్రి నిద్ర లేక బాధపడే వారికి ధ్యానం చక్కని ఔషధం. ధ్యానం చేసే వారికి చక్కగా నిద్ర పట్టడమేకాక సరియైన వేళకు నిద్రలేచి దైనందిక కృత్యాల యందు ఉత్సాహంతో పాల్గొందురు, అలసి పోరు. 9) రక్తపోటు వంటి వ్యాధులు దరికిరావు. 10) కొన్ని రకాల అల్సర్లు దూరమగును. 11) చేసే పని యందు నైపుణ్యాలు పెరుగుటయే కాక, ఖచ్చితమైన నిర్ణయాలు తీసికొని అభివృద్ధి పథములో నడువ గలరు. 12) మనిషికి వయస్సు సంవత్సరాలని కాదు. ఇన్ని లక్షల కోట్ల శ్వాసలని నిర్ణయించబడి యుండును. ధ్యానము వల్ల ఉచ్ఛ్వాస నిచ్ఛ్వాసాల వేగము తగ్గుట వల్ల జీవిత కాలంలో తీసికొనే శ్వాసలు హెచ్చి మనిషి ఆయుః ప్రమాణము పెరుగును. 13) క్రమం తప్పక ధ్యానం చేయుట వల్ల రక్తం శరీమంతటా సమానంగా ప్రసరింపబడి, ముఖము తేజస్సుతో వెలుగును. జరుగబోవు విషయాలు మనో ఫలకంపై చిత్రించబడి రాబోవు సంఘటనలు చిత్రమును చూచినట్లు చూచి తనకు, తన వారికి తగు సూచనలిచ్చుటకు సాధ్యమగును.

15) శారీర ఉద్రేకములు తగ్గి ఎట్టి విషయమునైనా ప్రశాంతముగా ఆలోచించి ఖచ్చిత నిర్ణయాలు తీసికోవచ్చును. 16) నైతిక విలువలు పెంపొందును. 17) మాట తీరు, కంఠస్వరము మధురమగును. ధ్యానించే వారు సర్వ సాధారణంగా అందరి మన్ననలకు పాత్రులగుదురు.

ధ్యానమునకు కూర్చున్న తఱి చుట్టును పరికించి నిర్భయమైన ప్రదేశమును నిర్ధారించుకోవాలి. బాహ్యేంద్రియనిగ్రహానికి కళ్ళు మూసుకొని, అంతరేంద్రియాలను నిగ్రహించుకోవాలి. మనస్సున ఆరాధ్యుడు, విశ్వమే రూపంగా గలవాడు సకల జీవులకు మూలకారణమైన శివపరమాత్మకు సగుణ సాకారుడుగా గాని, నిర్గుణ నిరాకారుడుగా గాని, సాక్షత్కరించుకొని, ఇష్టలింగమును మనస్సున నిల్పుకోవాలి. ప్రేమ పూర్వకంగా ఆయనను ఆరాధించి పూజించాలి. బ్రహ్మమగు తాను జీవుడగు నీవు ఒక్కటేనని హృదయంలో భావించి, సాక్షాత్కరించుకొని, ఆయన మహిమోపేత ఔన్నత్యాన్ని పొగడుకొని, ఈ నీ శరీరం నశిస్తుందని బంధువులు నశిస్తారని, ఈ సృష్టి అంతా నశిస్తుందని, శాశ్వతమైన దేదియు లేదని నిర్ధారించుకోవాలి. తరచి తరచి తర్కించాలి. ఆయనొక్కడే సత్యం, జీవులన్నింటి యందు సూక్ష్మాతి సూక్ష్మంగా, రూపరహితంగా విశ్వమంతా విస్తరించి యున్నాడని గుర్తించాలి.

భక్తితో, ప్రేమతో ఆయన నామాన్ని జపిస్తూ, వెలుగులో వెలుగు చేరినట్లుగా ఆయనలో చేరి మిళితమై విస్తరించి పోవాలి. విశ్వమంతా ఆయనే వెలుగు చున్నట్లుగా తాదాత్మ్యం చెందాలి. పరిశుద్ధుడవు, జ్యోతిష్మంతుడవు అంతయు నీవే అయియున్నావు. నీవు కానిది ఏదీ లేదు. ఇట్టి జీవైక్య సిద్ధిలో ఎంత సేపుంటావో అంతసేపు ఆనంద పారవశ్యంలో వుండిపోవాలి. ఆకలి దప్పులు, సుఖదుఃఖాలు, ఏవీ లేని అతీతమైన ఐక్యస్థితిలో నిలిచి పోవాలి. అది ఎలా వుంటుందో వర్ణించుటకు వీలు కానిది. మరియు మాటల కందని అవ్యక్త ఆనంద స్థితి. ఇదే. మూలకందమైన ధ్యాన సమాధి స్థితి. దీనికి యోగులు కానక్కర లేదు. ఎవరైనా పొంది అనుభవించవచ్చు. దృఢ సంకల్పంతో ధ్యానం ప్రారంభించాలి. ధ్యానము చేసే వారందరు సన్యాసులు కానక్కర లేదు. అది భావాతీతమైన అనుభవ వ్యాపారం.

ధ్యానం యొక్క అంతిమ లక్ష్యము ఆనందము. ఈ విషయమై మతభేదాలెన్నో ఉన్నాయి. దానిని చావు పుట్టుకలు లేని మోక్షస్థితి యందురు. ఉపాసనా ఫలితమే ముక్తి.

17. వేమన దృష్టిలో మోక్షం

భారతీయ మొత్తం తాత్విక గ్రంథాలన్నీ వేదాలనుంచి, ఉప నిషత్తుల నుంచి, పురాణ కావ్యాలనుంచి నేటి వరకు ఎన్ని వున్నాయో అన్నింటిని లెక్కించండి. వాటి అంతిమ లక్ష్యం మోక్షమనో పరబ్రహ్మమనో, అనందమనో, ఏవేవో ఎన్నెన్నో అర్థంగాని భావాలతో చిత్రవిచిత్ర విన్యాసాలతో, వారివారి తెలివినంతా ప్రదర్శించి చివరికి చూపించే లక్ష్యం మాత్రము ఒక్కటే అదే మోక్షం.

మహాయోగి వేమన్నగారు వాటన్నింటిని రంగరించి, రసం పిండి చెప్పినది ఒకే ఒక్కమాట, అందులో రెండక్షరాలున్నాయి. సూక్ష్మంలో మోక్షమంటే ఇదేనేమోనని పిస్తుంది. ఆయన యోగి, తార్కికుడు, సంఘ సంస్కర్త చెప్పవలసిన మాటలను సులభముగా, సూక్ష్మముగా, హృదయానికి హత్తుకొనే విధంగా చెప్పి యున్నాడు. చిన్న చిన్న మాటలలో అర్థవంతముగా చెప్పడమే కవిత్వం. ఆయన మహాకవి. మోక్షములభించు విధమును గూర్చి చెప్పిన విధం చూడండి. శాశ్వత మోక్షానికి ఏవేవో, ఎన్నెన్నో అక్షరాలు పఠింప పనిలేదు. శివ అనే రెండక్షరాలు పలికిన చాలు, సమస్త పాపములు నశించి తక్షణమే మోక్షపదవి కలుగునన్నాడు. ఆ మాటలేవో ఆయన మాటలలోనే చూడండి.

"అక్షర పదవికి బదివే
లక్షరముల నఱవనేల నల శివ యను రెం
దక్షరము లణచు దురితము
తక్షణమే పదవి గలుగు తథ్యము వేమా"

క్షరము కానిది అక్షరము. అక్షరమనగా నాశనము లేనిది. శాశ్వతమైనదని యర్థము. మోక్షానికి రెండే రెండక్షరాలు చాలు పొమ్మన్నాడు. జీవితాన్ని వేదాంత సారాన్ని సూక్ష్మీకరించి ఆ పోశనము పట్టిన అక్షరకవి వేమన.

18. శివలింగైక్యము

కోటి పూజలతో సమానము ఒక్క స్తోత్రము. కోటి స్తోత్రములతో సమానము ఒక్క జపం. కోటి జపాలతో సమానము ఒక్క ధ్యానం. అట్టి కోటి ధ్యానాలతో సమానము ఒక్క లయం లయ మనగా భగవంతునిలో ఐక్యమైపోవడం. నిశ్చల భావంతో స్వామిని మనః పీఠము నందు నిలుపుకొని మనస్సును విషయాసక్తుల నుంచి మరలించి శివుని ధ్యానిస్తే నిస్సంకల్ప నిశ్చలస్థితి కలుగును.

1) పూజాకోటి సమం స్తోత్రం స్తోత్రకోటి సమో జపః

జపకోటి సమం ధ్యానం, ధ్యాన కోటి సమోలయః.

ఇందు భక్తుడు భగవంతుని చేరుకొనే వివిధ దశలు గలవు అవి (1) పూజ, (2) స్తోత్రము, (3) జపము, (4) ధ్యానము, (5) లయము. ఈ ఐదింటిలో ప్రతి దశ ప్రధానమైనదే. పై మెట్టుకు క్రింది మెట్టు ఆధారమైనట్లు ఏ దశయు తక్కువదికాదు. పైగా అన్నియు సాయుజ్యమునకు సహకారులె. ఇవి అత్యంత ప్రధానము, పరిశుద్ధము.అంతే గాక, ఒక దానిని మించి మరొకటి విలువైనవి. అయితే చివరి దగు లయం మాత్రము విలువ కట్టరాని మహోన్నతమైనది. ప్రథమ దశలో భక్తుడు శివపరమాత్మను అలంకరించి వివిధ ఫలపుష్పములు సమర్పించి భక్తితో పూజించును. రెండవ దశలో భగవన్నామమును గాని ఆయన స్తుతి పాఠములనుగాని బహువిధముల స్తుతించును. మూడవ దశలో ఏకాగ్ర చిత్తముతో గురూపదేశ మంత్రమును భక్తి శ్రద్ధలతో జపించును. జపమునకు ఆయా పద్ధతుల పూసల దండలనుపయోగించును. నాల్గవ దశ యందు మనస్సునకు నచ్చిన శుచి యగు ప్రదేశమున కూర్చుని ధ్యానించును. ఈ దశలో అరిషడ్వర్గములు క్రమంగా దూరమగు చుండును. అపుడపుడు నిర్వికల్ప స్థితి పొందుచుండును. ఐదవ దశలో తన్నుతాను మరచి భక్తుడు భగవంతునిలో లీనమగుచుండును. దీనిని లయమందురు.

లయస్థితి భక్తికి పరాకాష్ఠ. జీవాత్మ శుద్ధమై, పరిపూర్ణమై ఆత్మ సంవేదనము చేసికొనే నిర్వికల్ప సమాధి స్థితి. ఇదే ఐక్యస్థితి. దీనిని మించిన స్థితి జీవాత్మ పొందలేదు. ఈ స్థితిలో భక్తుడు లేడు. భక్తి లేదు. పూజలేదు. పూజించే వాడు లేడు. పూజించ బడేది లేదు. ఇది అఖండ ఆనందరూప పరబ్రహ్మైక స్థితి. నది సముద్రములో సంగమించి తన్నుతాను మరచి సముద్రములో లీనమగు, పరమైక్యాను సంధానస్థితి. దీనిని వాక్కు అందుకోలేదు. మనస్సు గ్రహించలేదు. వెలుగులో వెలుగు కలసి పోయినట్లుండే పూర్ణస్థితి ఇది. శరీరంలో శరీరం, జీవంలో జీవం, ప్రాణంలో ప్రాణం. ఇంద్రియాలలో ఇంద్రాయాలు, రూపంలో రూపం, శబ్దంలో శబ్దం, లీనమగు స్థితి "పూర్ణజ్యోతి,

మింగిన కర్పూర స్థితి ఇది ". అనగా జీవాత్మ అనే కర్పూరము. పరమాత్మఅనే జ్యోతిలో తన్నుతాను కోల్పోయే శూన్యస్థితి ఇది. ఆది మధ్యాంత, నిరామయ, నిరంజన స్థితి ఇది నిస్సంశయ వాగతీత, భావాతీత, పూర్ణలింగైక్య లయస్థితి ఇది. ఇదే ఐక్యస్థితి.

భగవంతుని శరణు కోరడమే భక్తికి పరాకాష్ఠ

చంచలమైన మనస్సును ఏకాగ్రం చేయుటకు భగవన్నామ స్మరణకు మించిన సాధనము లేదు. లౌకిక సంబంధ విషయాలను ఒక క్షణం ప్రక్కకు నెట్టి మనసున భక్తి, శ్రద్ధలు నింపుకొని బుద్ధిని ఏకాగ్రం చేసి సర్వాత్మకుడైన ఆ దేవదేవుని నీవే నాకు తల్లివి, తండ్రివి, బంధువు, స్నేహితుడు, విద్య, ధనం, బలం, సర్వం నీవేనని వినమ్రుడై చేతులెత్తి శరణు కోరడం కంటె మించిన భక్తి లేదు. అదే భక్తికి పరాకాష్ఠ ముక్తికి సోపానము.

త్వమేవ మాతాచ పితాత్వమేవ త్వమేవ బంధుశ్చ సఖాత్వమేవ
త్వమేవ విద్యా ద్రవిణం త్వమేవ త్వమేవ సర్వం మమదేవదేవ

ముగింపు

భగవంతుడు ప్రేమ స్వరూపుడు. ప్రేమ భగవత్స్వరూపము. అది సృష్టి సింహాసన మధిరోహించి పాలించుచున్నది. దాని వల్ల సర్వజీవులు పోషింపబడుచున్నవి. పరమాత్మ జీవుల యందు తానంతరాత్మయై, ప్రకాశించుచు జీవులను ప్రకాశింప జేయుచున్నాడు. నామరూపగుణ రహితంగా ఆద్యంతము సర్వవ్యాపి స్వయంస్థితుడైన, ఆ పరమేశ్వర తత్వము పంచధావిభక్తము. ఆయన కృత్యము ప్రకృతి. ప్రకృతియనగా తృణము మొదలు బ్రహ్మ పర్యంతము వ్యాపించిన పంచ భూతములు, తన్మాత్రలు, దేవమనుష్యాది తిర్యగ్జడా జడాది నిండిన విశ్వపర్యంతము. ఇది జీవులకు భోగస్థానము.

ప్రకృతి అంతయు ఓం నమః శివాయ అనెడి బ్రహ్మ శబ్దాంతర్భూతము. బాహ్యదృష్టిలో ఇది కర్మమార్గమున సాకార లింగము. దానిని వివిధోపచారములతో అర్చించి తరించవలెను. దానితో అంగమగు జీవునిలో అంతర్లీనమైన జ్ఞానదృష్టి వికసించి వైరాగ్య దృష్టి చిగురించి మోక్ష ఫల రసాస్వాదనము, చేకూరును. దీనికి సాధనగా కర్మజ్ఞాన మార్గములు సహాయకారులు.

అగ్నిచే దగ్ధమగుచున్న గృహము నుండి కుంటివాడు, గ్రుడ్డివాడు పరస్పర సహకారంతో ఎట్లు బయటబడి విముక్తులగుదురో అట్లే పరమార్థ సాధనా కార్యమున కర్మజ్ఞానములు రెండును విహంగ పక్ష న్యాయమున తోడ్పడి జీవన్ముక్తికి సహాయకారులగును.

"కొలుచుటయే భక్తి, భక్తికి తలకి మియెవ్రతంబు, వ్రతము దవులుటయే ని
శ్చల కృప శివు నిశ్చల కృప గలుగుట యది ముక్తి పథము (అనుభవసారం - 136)"

శివుని పూజించుట భక్తి, భక్తి నుండి చలించ కుండా వుండడము వ్రతము. వ్రతాచరణము వల్ల శివుని నిశ్చల కృప కలుగును. దానివల్ల ముక్తి లభించును. శివుని కొలుచుటకు ముందు భక్తుడు లింగాంగ వినిశ్చయము, లింగాంగ సామరస్యములను తెలిసికోవాలి. అంగమనగా జీవుడు లింగమనగా శివుడు. "లింగస్థలం శివ స్సాక్షాత్ జీవస్త్వంగ స్థలం భవేత్" అని శాస్త్రము. జీవుడు ఈ శివపంచాక్షరి మంత్రార్థ తత్త్వ సౌందర్యము తెలిసి సేవించుట సర్వ శుభప్రదము. దృఢమైన భక్తి శ్రద్ధలతో సర్వము తనను తాను శివార్పణము గావించుకొనే భక్తి అంగమున నిండి ఉండాలి.

ఒకపువ్వు శివుబూన్స నొక యజ్ఞ ఫలము

దూపంబు లిచ్చిన ధూర్జటి జేరు

నైవేద్య మిచ్చిన నరజన్మ ముడిగి

శివుని సాయుజ్యంబు జేరు నిశ్చయము (సోమవార వ్రతము-శ్రీగిరి మల్లికార్జు స్వామి)

నమఃశివాయ మంత్రం జపిస్తూ ప్రతిదినము శివలింగమునకు ఒక పుష్పమును సమర్పించిన యజ్ఞము చేసినంత పుణ్యము లభించును. అగరుబత్తి లేదా సాంబ్రాణి దూపము సమర్పిస్తూ పూజించిన శివుని దర్శించినంత పుణ్యము కలుగును. దీపము సమర్పించిన దివ్యదేహము చేకూరును. నైవేద్యమిచ్చిన పునర్జన్మ లేకుండా మోక్షము సంప్రాప్తించి శివలోక పుణ్య సుఖావాసమబ్బును. అజ్ఞాన తిమిరము నుండి వెలుగు వైపు నడిపించే శక్తి జ్ఞానానికి కలదు. జ్ఞానము ఆనంద ప్రదము. ఆనందము శాశ్వత సత్యము. శాశ్వత సత్యమే శివపరబ్రహ్మ. శివ పరబ్రహ్మయే ఓం నమఃశివాయ మంత్రవాచ్యము.

ఓం నమః శివాయ ను ఊతగా గొన్న లోకము తరించగలదు.

పరమశివునకు నమస్కారం

1) చంద్రాన నార్ధ దేహాయ చంద్రాంశు సీత మూర్తయే
చంద్రార్కానల నేత్రాయ – చంద్రార్ధశిరసే నమః

చంద్రుని వంటి ముఖము కలవాడును. పార్వతీదేవి సగము శరీరముగా కలవాడును, చంద్రకిరణముల వలె తెల్లని ఆకారము కలవాడును చంద్రుడు–సూర్యుడు – అగ్ని మూడుకన్నులుగా కలవాడును, తలపై చంద్రకళ కలవాడును అగు శివునకు నమస్కారము.

2) నమశ్శివాయ శాంతాయ నమస్సోమాయ శంభవే
నమశ్శివాయ కళ్యాణ పతయే తే నమోనమః

3) నమశ్శివాయ సాంబాయ సగణాయ ససూనవే
సనందినే సగంగాయే సవృషాయ నమోస్తుతే.

శివప్రార్థన

4) హరశ్శంభో మహాదేవో విశ్వేశామర వల్లభా
గౌరీపతి నమస్తుభ్యం నీలకంఠ నమస్తుతే
శ్రియందేహి యశందేహి సర్వ కార్యార్థ సిద్ధయే
పుత్రందేహి పశుందేహి సర్వకామశ్చదేహి మే.

సర్వేజనా స్సుఖినో భవంతు.

ఓం శాంతి! శాంతి !! శాంతిః

ఓం నమఃశివాయ.

శివదృష్టి

ఉపయుక్త గ్రంథముల పట్టిక

1) భగవద్గీత – తిరుమల తిరుపతి దేవస్థాన ప్రచురణ
2) ఆంధ్రమహాభారతం – ఎఱ్ఱన
3) ఆంధ్రమహాభాగవతం – బమ్మెర పోతన
4) శివతత్వ సారం – మల్లికార్జున పండితారాధ్యుడు
5) కుమార సంభవం – నన్నెచోడుడు
6) పండితారాధ్య చరిత్ర – పాల్కురికి సోమనాథుడు
7) బసవపురాణం – పాల్కురికి సోమనాథుడు
8) శైవాచార సంగ్రహం – తిరుమలనాథ కవి
9) శ్రీ కాళహస్తీశ్వర మహాత్యం – ధూర్జటి
10) చెన్నబసవ పురాణం – పాపయామాత్యులు
11) బసవ వచనములు – డా॥ బడాల రామయ్య
12) బసవ పురాణం – పిడుపర్తి సోమనాథ కవి
13) కాశీ ఖండం, భీమ ఖండం, హరవిలాసం – శ్రీనాథుడు
14) సంపూర్ణ శివమహాపురాణం – బొమ్మకంటి వేంకట సుబ్రమణ్య శాస్త్రి
15) మార్కండేయ పురాణం – మారన
16) శ్రీరామ కథామృతం – తూములూరు దక్షిణామూర్తి శాస్త్రి
17) వేమన శతకము – వేమన
18) బ్రహ్మ జిజ్ఞాన (2, 3 భాగములు) – మజ్జిబోయిన రామసుబ్బయ్య
19) తెలుగుసాహిత్యంపై శైవ మత ప్రభావం – డా॥ వి. రత్నమోహిని
20) వీరభద్ర విజయం, సవిమర్శ పరిశీలన కొల్లిబాబు రాజేంద్రప్రసాద్
21) పాల్కురికి సోమనాథుని కృతుల పరిశీలన డా॥ వేణుముద్దల నరసింహారెడ్డి
22) ములుగు పాపయారాధ్యుల రచనలు – డా॥ గోళి వెంకటరామయ్య
23) ఆంధ్రవిజ్ఞాన సర్వస్వము ప్రసాదరాయ కులపతి (4వ భా)
24) విజ్ఞాన సర్వస్వం – తెలుగు భాషా సమితి (6,7 భా)

కస్తూరి విజయం | 75

25) ప్రాకృశ్చిమ తత్త్వశాస్త్రము – సరివెళ్ళ వెంకటనాథ శర్మ (అనువాదం)

26) శ్రీశైల జ్యోతి – 1962 ఫిబ్రవరి, మార్చి, ఏప్రిల్, అక్టోబర్, డిశంబర్

27) భారతీయ తత్త్వ శాస్త్రము నిర్వికల్పానంద స్వామి

28) రామాయణ సుధాల హరి – యువభారతి

29) ఆంధ్రద్విపద సాహిత్యం – శ్రీ టి.సుశీల

30) నన్నెచోడ కుమారసంభవ పరిశీలన – తమ్మారెడ్డి నిర్మల

31) మహాభారత ఉపాఖ్యాన తత్వము – శ్రీ పెన్మెచ్చ వెంకటరాజు

32) అమృత వాణి మరియు అమూల్య వాక్కులు ప్రచురణ బి.ఆర్.ఎం. రుద్రముని

33) ఆంధ్ర స్కాందము – కల్లూరి వేంకట సుబ్రహ్మణ్య దీక్షితులు

34) శోధనా – సాధన – పాణ్యం రామశాస్త్రి

35) స్కాందపురాణం అవంతీ ఖండం

36) వేదాంత దర్శనం భేదాభేదవాదం

37) రాజయోగం (అనువాదం) చిరంతనానంద స్వామి

38) ఆధ్యాత్మికోపన్యాసములు (రూపనగుడి నారాయణ రావ్)

39) శివస్తవము – చిదిరెమఠం వీరభద్ర శర్మ

40) శైవమతం, దూర్జటి – వి. రత్నమోహన్

41) వీరశైవ సాహిత్యంపై సమతా దర్శనం – కెల్లా పరమేశ్వరప్ప

42) సిద్ధాంత శిఖామణి – సాధన గ్రంథ మండలి, తెనాలి

43) సుందరకాండ పరిశోధన వ్యాసము – డా॥ జి. ఆంజనేయులు

44) శ్వేతాశ్వరోపనిషత్ – చంద్రజ్ఞానోత్తరాగమము – వాతూలాగమము – శివానందలహరి – కైవల్యోపనిషత్తు – పైంగలోపనిషత్తు – కఠోపనిషత్తు సర్వ సిద్ధాంత సౌరభం – మాండూక్యోపనిషత్తు – కాలోపనిషత్తు ఈశోపనిషత్తు కేనోపనిషత్తు – అధర్వశిర ఉపనిషత్తు– శాండిల్యోపనిషత్తు – సుప్రభోదాగమము – స్కందపురాణం – నారదపురాణం.

45) రఘువంశము — కాళిదాసు

46) చెన్నబసవేశ్వర వచనములు – రేకలిగె మఠం వీరయ్య

47) మహాభారతంలో విద్యావిధానం – డా॥ ఆర్. మల్లేసు

48) భారతి సంచికలు (1925 సం॥)

49) మన పవిత్ర వారసత్వం పొనుగుపాటి కవి

50) వీరశైవ సదాచార సంగ్రహః (వే. నా. బృ. పం. మహాదేవయ్య). (కన్నడ)

51) Saivism – Origin History & Thought – Telugu University Publications, Hyderabad.

52) The Religions of the World (Veerasaivam) T.H.M. Sada Sivaiah. Page: 433

53) Discoursis on Hindu Spirtual Culture – Aricient Saivism and its contribution –Concept of Siva.

54) Basava and his Teachings Professor B. Virupakshappa.

KASTURI VIJAYAM

📞 00-91 95150 54998
KASTURIVIJAYAM@GMAIL.COM

SUPPORTS

- PUBLISH YOUR BOOK AS YOUR OWN PUBLISHER.

- PAPERBACK & E-BOOK SELF-PUBLISHING

- SUPPORT PRINT ON-DEMAND.

- YOUR PRINTED BOOKS AVAILABLE AROUND THE WORLD.

- EASY TO MANAGE YOUR BOOK'S LOGISTICS AND TRACK YOUR REPORTING.

శివదృష్టి

www.ingramcontent.com/pod-product-compliance
Lightning Source LLC
LaVergne TN
LVHW030324070526
838199LV00069B/6553
9788196229146